சீனிவாச ராமானுஜம், *காந்தியின் உடலரசியல்; தற்கொலைகளைக் கொண்டாடுவோம்; சந்நியாசமும் தீண்டாமையும்; Renunciation and Untouchability: The Notional and the Empirical in the Caste Order* ஆகிய நூல்களை எழுதியுள்ளார். மேலும், சாதத் ஹசன் மண்ட்டோவின் தேர்ந்தெடுக்கப்பட்ட எழுத்துகளைக் கொண்ட *மண்ட்டோ படைப்புகள்;* ஆர்துரோ வான் வாகனோவின் *மௌன வதம்;* டி.ஆர். நாகராஜின் தேர்ந்தெடுக்கப்பட்ட எழுத்துகளைக் கொண்ட *தீப்பற்றிய பாதங்கள்;* சுந்தர் சருக்கையின் *இரண்டு தந்தையர்* (நாடகங்கள்); கோபால் குரு, சுந்தர் சருக்கை இணைந்து எழுதிய *விரிசல் கண்ணாடி* ஆகிய நூல்களைத் தமிழாக்கம் செய்திருக்கிறார்.

இந்து மதம்:
ஒரு விசாரணை

ஆர்எஸ்எஸ் - பார்ப்பனர் - சாதிகள்

சீனிவாச ராமாநுஜம்

எதிர் வெளியீடு

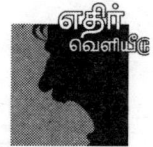

இந்து மதம்: ஒரு விசாரணை
ஆர்எஸ்எஸ் – பார்ப்பனர் – சாதிகள்
சீனிவாச ராமானுஜம்

முதல் பதிப்பு: நவம்பர் 2020
இரண்டாம் பதிப்பு: ஜூலை 2022

எதிர் வெளியீடு,
96, நியூ ஸ்கீம் ரோடு, பொள்ளாச்சி – 642 002
தொலைபேசி: 04259 226012, 99425 11302
விலை: ரூ.160

Hindu Matham: Oru Visaranai
RSS – Parpanar – Saathikal
Srinivasa Ramanujam
Copyright © Srinivasa Ramanujam

First Edition: November 2020
Second Edition: July 2022

Published by
Ethir Veliyeedu, 96, New Scheme Road, Pollachi– 642 002.
email: ethirveliyedu@gmail.com
www.ethirveliyedu.in

ISBN: 978-81-947340-9-3
Cover Design: Santhosh Narayanan
Printed at Jothy Enterprises, Chennai.

All rights reserved. No part of this book may be reprinted or reproduced or utilised in any form or by any electronic, mechanical or other means, now known or hereafter invented, including photocopying and recording, or in any information storage or retrieval system, without permission in writing from the Publisher.

அரசியல் அறிவியலாளர் **கோபால் குரு**
தத்துவவியலாளர் **சுந்தர் சருக்கை**
இவர்களுக்கு

உள்ளடக்கம்

- முன்னுரை ... 09

- தற்காலம் ஓர் அந்நிய நாடு ... 13
  ஆர்எஸ்எஸ்ஸும் பார்ப்பனர் என்ற கருத்தமைவும்

- பிளவுபட்ட தன்னிலைகள் ... 79
  நவீன சுயம், சாதிய சுயம் குறித்து சில முன்வைப்புகள்

- துணை நூல்கள் ... 123

முன்னுரை

இந்திய அரசின் அங்கங்கள் ஒவ்வொன்றாகச் செயலிழந்து கொண்டிருக்கின்றன. இந்த நோயை எவ்வாறு எதிர்கொள்வது என்று தெரியாமல் நாம் திணறிக்கொண்டிருக்கிறோம். 'இந்து' என்ற கருத்தாக்கத்துக்குள் கொண்டுவரப்படுபவை எல்லாமே புனிதங்களாக ஆக்கப்பட்டு விமர்சனங்களுக்கு அப்பாற்பட்டதாக அரசியல்ரீதியாகவும் பண்பாட்டுரீதியாகவும் சமூகரீதியாகவும் முன்வைக்கப்படுகின்றன. இந்து பெரும்பான்மைவாதம் என்ற கோட்பாட்டுக்குள் இந்து என்பவரின் மனம் மிகச் சுலபமாகப் புண்படக்கூடியதாக இருக்கிறது. தன்னை 'இந்து'வாக வரையறுத்துக்கொள்ளாதவர்கள், இந்து என்ற கருத்தாக்கத்தைக் கேள்வி கேட்பவர்கள் எல்லாம் 'தேசத்துரோகிகளாக', 'இந்து விரோதிகளாக' அர்த்தப்படுத்தப்படுகிறார்கள். உண்மையில், 'இந்து' என்ற கருத்தாக்கம் அதன் உள்ளடக்கமாக எதைக் கொண்டிருக்கிறது என்று இந்துத்துவவாதிகளும் தெளிவாக வரையறுக்கவில்லை, மதச்சார்பின்மைவாதிகளும் தெளிவாக வரையறுக்கவில்லை. இந்தச் சமூகத்தில் யார் இந்துவாக வாழ்கிறார்கள் என்று கேட்டுக்கொள்ளும் அளவுக்குத் தெளிவற்றதாக இருக்கிறது. ஒருபக்கம், ஜனநாயகவாதிகளும் மதச்சார்பின்மைவாதிகளும் சுதந்திரவாதிகளும் அரசமைப்புவாதிகளும் இந்து மதம் பன்முகத்தன்மை கொண்டது என்றும், இந்துத்துவம்தான் மதரீதியான பெரும்பான்மைவாதத்தையும் தேசியவாதத்தையும் பிரதானப்படுத்துகிறது என்றும் வாதிடுகிறார்கள். இவர்களை இந்துத்துவவாதிகள் 'போலிகள்' என்கிறார்கள். ஆனால், இந்துத்துவத்தை எதிர்ப்பவர்களும் இந்துத்துவவாதிகளும் இந்து என்ற கருத்தாக்கத்தை விவரிப்பதில் சாராம்ச வேறுபாடுகள் இருக்குமாயின் நாம் அவற்றை விவரிக்க வேண்டியுள்ளது. மறுபக்கம், பார்ப்பனரல்லாதாரும் தலித்துகளும் இந்துத்துவக் கோட்பாடானது பார்ப்பனியத்தை உள்ளடக்கமாகக் கொண்டிருக்கிறது என்கிறார்கள்.

பார்ப்பனியத்தைப் பார்ப்பனர்களோடு மட்டுப்பட்டதாக முன்வைத்து, தங்களைப் பார்ப்பனியத்துக்கு வெளியே வைத்துக்கொள்கிறார்கள். இவர்களது பார்வையில் இந்துத்துவம் என்பது பார்ப்பனர்களின் அரசியல் வெளிப்பாடாகிறது. இதன் நீட்சியாய், இந்துத்துவம் என்பதும், பார்ப்பனியம் என்பதும் ஒத்த உள்ளடக்கத்தைக் கொண்டிருப்பதாக முன்வைக்கப்படுகிறது. இது மிக எளிமைப்படுத்தப்பட்ட வாசிப்பாகிறது.

இந்து என்ற கருத்தாக்கம் எந்த அளவுக்குத் தெளிவில்லாததாக இருக்கிறதோ அதே அளவுக்குப் பார்ப்பனியம் என்பதும் தெளிவில்லாததாக இருக்கிறது. ஆக, பார்ப்பனியத்தை நாம் எவ்வாறு வரையறுக்கப்போகிறோம் என்பது முக்கியமாகிறது. எல்லாவற்றிலும் முக்கியமானது, ஆர்எஸ்எஸ்ஸை நாம் அரசியல்ரீதியாக மட்டுமே எதிர்கொள்வதில் உள்ள போதாமை. இதை நாம் கவனத்தில் எடுத்துக்கொள்ள வேண்டியுள்ளது. ஆர்எஸ்எஸ்ஸுக்கும் அதன் துணை அமைப்புகளுக்கும் அரசமைப்புக்கும் நவீன அரசுக்கும் இடையேயான உறவின் பண்பை நாம் பண்பாட்டுரீதியாக, சமூகரீதியாக விவரிக்க வேண்டியுள்ளது. ஆர்எஸ்எஸ் எவ்வாறு அதை வடிவமைத்துக்கொண்டிருக்கிறது என்றும், அதற்கான தார்மீக பலத்தை அது எங்கிருந்து பெற்றுக்கொள்கிறது என்றும் நாம் கேட்டுக்கொள்ள வேண்டியுள்ளது. மேலும், ஆர்எஸ்எஸ்ஸுக்கும் மரபான சமயம்/சாதி மடங்களுக்கும் இடையேயான உறவையும் நாம் விசாரணைக்கு எடுத்துக்கொள்ள வேண்டியுள்ளது. அதேசமயத்தில், மரபான சமயம்/சாதி மடங்களுக்கும் சாதிகளுக்கும் பார்ப்பனர் என்ற கருத்தமைவுக்கும் தீண்டாமைக்கும் இடையேயான உறவையும் நாம் விசாரணைக்கு எடுத்துக்கொள்ள வேண்டியுள்ளது.

என்னுடைய வாசிப்பில், ஆர்எஸ்எஸ் ஓர் இந்து மடமாக அதைக் கட்டமைத்துக்கொண்டிருக்கிறது என்று வாதிடுகிறேன். ஆர்எஸ்எஸ் உறுப்பினர்கள் மட்டுமே இந்துக்களாக வாழ்கிறார்கள் என்று வாதிடுகிறேன். இதற்கு நான் கோல்வால்கரின் எழுத்துகளை மட்டுமே எடுத்துக்கொள்கிறேன்; சாவர்க்கரை எடுத்துக்கொள்ளவில்லை. இதற்குக் காரணம், ஆர்எஸ்எஸ்ஸுக்கான அடிப்படைகளை கோல்வால்கர்தான் உருவாக்கிக்கொடுக்கிறார். இன்றுவரை ஆர்எஸ்எஸ்ஸும் இவர் உருவாக்கிக்கொடுத்த அடிப்படைகளைச் சார்ந்தே அதை வரையறுத்துக்கொள்கிறது. ஏன் இது முக்கியமாகிறது என்றால், மதச்சார்பின்மைக் கதையாடல்களிலும் சாதி எதிர்ப்புக் கதையாடல்களிலும் அசமூகரீதியாகத் தம்மை வரையறுத்துக்கொள்ளும் மரபான சமயம்/சாதி மடங்களின் சமூகப்

பங்கை நாம் கணக்கில் எடுத்துக்கொள்வதில்லை. மரபான சமயம்/சாதி மடங்களின் சமூகப் பண்பு குறித்து நாம் புரிந்துகொண்டால்தான் ஆர்எஸ்எஸ்ஸை நாம் எதிர்கொள்ள முடியும். இத்தகைய வாசிப்பு அரசியல் தளத்தில் மட்டுமல்லாமல், கல்விப்புலத்திலும் முக்கியத்துவம் பெறவில்லை. நாம் மரபான சமயம்/சாதி மடங்களைக் கணக்கில் எடுத்துக்கொண்டால்தான், இவற்றுக்கும் ஆர்எஸ்எஸ்ஸுக்கும் இடையேயான உறவை நாம் விவரித்தால்தான் நாம் ஆர்எஸ்எஸ்ஸைச் சமூகரீதியாகவும் பண்பாட்டுரீதியாகவும் அணுக முடியும். இந்த நூலை இதற்கான முயற்சியாகப் பார்க்கலாம்.

இந்த நூலை என்னுடைய முந்தைய இரண்டு நூல்களின் தொடர்ச்சியாக வாசிக்க முடியும். 'சந்நியாசமும் தீண்டாமையும்' நூலில் நான் முன்வைத்திருக்கும் சட்டகத்தை எனது '*Renunciation and Untouchability*' நூலில் மேலும் விரிவுபடுத்தியிருக்கிறேன். குறிப்பாக, பண்டைய காலத்தில் தோன்றிய சமணமும் பௌத்தமும், மத்தியக் காலத்தில் சங்கரருக்குப் பிறகு தோன்றிய பக்தி சமயங்களும் எவ்வாறு பார்ப்பனர் என்ற கருத்தமைவை மொழியாக்கம் செய்தன என்று வாதிடுகிறேன். இத்தகைய மொழியாக்கங்களுக்கும், பக்தி சமயங்கள் தோற்றுவித்த மடங்களுக்கும், இந்த மடங்களுக்கும் சாதிகளுக்கும் இடையேயான உறவையும் விவரித்திருக்கிறேன். இந்தச் சட்டகத்தை இந்த நூலில் உள்ள இரண்டு கட்டுரைகளிலும் பயன்படுத்த முயன்றிருக்கிறேன்.

முதல் கட்டுரையில், ஆர்எஸ்எஸ்ஸைச் சமூகரீதியாகவும் பண்பாட்டுரீதியாகவும் விவரிக்க முயன்றிருக்கிறேன். குறிப்பாக, மரபான சமயம்/சாதி மடங்களுக்கும் ஆர்எஸ்எஸ்ஸுக்கும் இடையேயான உறவை விவரிக்க முயன்றிருக்கிறேன். மேலும், இந்து என்ற கருத்தாக்கத்துக்கும் பொதுச் சமூகத்துக்கும் இடையேயான உறவைப் புரிந்துகொள்ள முயன்றிருக்கிறேன். இரண்டாவது கட்டுரையில், கீழைத்தேயவாதமும் ஆங்கிலேயவாதமும் எவ்வாறு பார்ப்பனர்களை இந்து மத 'பாதிரிமார்களாக' அர்த்தப்படுத்தியது என்றும், இத்தகைய அர்த்தப்பாடுகள் பார்ப்பனரல்லாதார், தலித் ஆகிய நவீனக் கருத்தாக்கங்களில் எத்தகைய தாக்கத்தைக் கொண்டிருக்கின்றன என்றும் விவரிக்க முயன்றிருக்கிறேன். கீழைத்தேயவாதமும் ஆங்கிலேயவாதமும் இந்தச் சமூகத்தைப் புரிந்துகொண்ட முறை எவ்வாறு தீண்டாமையின் மொத்தச் சுமையையும், ஒவ்வொரு தனித்த சாதிகளும் கொண்டிருக்கும் தீண்டவியலா ஊனத்தின் மொத்தப் சுமையையும் தலித்துகள் மீது சுமத்துகின்றன என்றும் விவரிக்கிறேன்.

இரண்டாவது கட்டுரையான ‘பிளவுபட்ட தன்னிலைகள்’, பெருமாள்முருகன் ஆசிரியராக இருக்கும் ‘கூடு’ ஆய்விதழில் வெளிவந்தது. ‘கூடு’ ஆய்விதழில் பிரசுரமான கட்டுரையின் விரிவாக்கப்பட்ட ஒன்றாக இந்தக் கட்டுரையைப் பார்க்கலாம். ‘கூடு’ ஆய்விதழில் ‘பிளவுபட்ட தன்னிலைகள்’ கட்டுரையைப் பிரசுரித்த பெருமாள்முருகனுக்கும் ஆசிரியர் குழுவினருக்கும் எனது நன்றியைத் தெரிவித்துக்கொள்கிறேன்.

இந்த நூலைச் செம்மையாக்கம் செய்த த.ராஜனுக்கு வெறும் நன்றி சொல்வது மட்டுமே போதாது. இருந்தாலும் சொல்கிறேன்: மிக்க நன்றி ராஜன்! இந்த நூலில் உள்ள கட்டுரைகளைப் படித்து, முழுமையாக ஏற்றுக்கொள்ள முடியாவிட்டாலும், தங்களது விமர்சனங்களைப் பகிர்ந்துகொண்ட, தோழர் பாலனுக்கும் நண்பர்கள் வேணுமணி, ஜீவமணி, பாலாஜி, ராமசாமி எல்லோருக்கும் எனது நன்றியைத் தெரிவித்துக்கொள்கிறேன். இந்த நூலைச் சிறப்பாகக் கொண்டுவந்திருக்கும் ‘எதிர் பதிப்பகம்’ தோழர் அனுஷுக்கும் எனது நன்றியைத் தெரிவித்துக்கொள்கிறேன். முக்கியமாக, பத்மினிக்கு இந்தச் சமயத்தில் எனது மனமார்ந்த நன்றியைச் சொல்வது என்னுடைய கடமை.

மேலும், பேராசிரியர்கள் கோபால் குரு, சுந்தர் சருக்கை இருவரின் உந்துதல் இல்லையென்றால், அவர்களுடைய ஆழமான கல்விப்புலம் சார்ந்த வாசிப்புகள் இல்லையென்றால் நான் இதையெல்லாம் சிந்தித்திருக்கக்கூட முடியாது. இவர்களுக்கு நன்றியோடு இந்தச் சிறிய நூலை சமர்ப்பிக்கவும் செய்கிறேன்.

சீனிவாச ராமாநுஜம்

தற்காலம் ஓர் அந்நிய நாடு
ஆர்எஸ்எஸ்ஸும் பார்ப்பனர் என்ற கருத்தமைவும்

ஆர்எஸ்எஸ்ஸின் லட்சியம் இந்து பண்பாட்டு அடிப்படையில் ஓர் இந்து அரசை உருவாக்குவது. நவீன அரசு வடிவத்துக்குள் இந்துத்துவம் என்ற சாரத்தை உள்ளடக்குவதே அதன் நோக்கம். இதுகுறித்துப் பல செயல்பாட்டாளர்களும் அரசியல் அறிவியலாளர்களும் விரிவாக எழுதியிருக்கிறார்கள். ஆனால், பிரச்சினை என்னவென்றால் இந்து என்ற கருத்தாக்கத்தைப் பலரும் பலவிதமாக எதிர்கொள்கிறார்கள். எடுத்துக்காட்டாகச் சொல்வதென்றால், காந்தி தன்னை இந்து என்று வரையறுத்துக்கொண்டார். அம்பேத்கர் நான் ஓர் இந்துவாகப் பிறந்திருந்தாலும் இந்துவாகச் சாக மாட்டேன் என்று சொன்னதோடு மட்டுமல்லாமல் பௌத்தராகவே தன் மரணத்தை எதிர்கொண்டார். இந்து என்ற கருத்தாக்கத்துக்குள் இருந்து பெரியார் தனது விமர்சனங்களை முன்வைத்தார். 'நான் ஏன் இந்துவாக இருக்கிறேன்' என்று சசி தரூர் விளக்குகிறார்.[1] 'நான் ஏன் இந்து அல்ல' என்று காஞ்சா அய்லய்யா விவரிக்கிறார்.[2] 'இந்துவாக நான் இருக்க முடியாது' என்கிறார் பன்வர் மெக்வன்ஷி.[3] 'நான் ஏன் ஓர் இந்து பெண் அல்ல' என்று வாதிடுகிறார் வந்தனா சோனால்கர்.[4] எல்லாவற்றுக்கும் மேலாக, 'இந்து மதத்தை ஒழிக்காமல் சாதிகளை ஒழிக்க முடியாது' என்கிறார்கள் அம்பேத்கரும் பெரியாரும். அதேசமயத்தில், இந்து என்ற தொகுப்பு காலனியர்களால் உருவாக்கப்பட்டது என்ற வாதமும் முன்வைக்கப்படுகிறது. இதையெல்லாம் மீறி பல கோடி மக்கள் தங்களை 'இந்து' என்று வரையறுத்துக்கொள்கிறார்கள். மதச்சார்பின்மைவாதிகள், 'நாங்கள் இந்து அடிப்படைவாதத்துக்கு எதிரானவர்களே தவிர இந்து மதத்துக்கு அல்ல' என்கிறார்கள். மக்களின் இறை நம்பிக்கை இந்து அடிப்படையிலானது என்ற

---

1 *Tharoor (2018);* சசி தரூர் *(2018).*
2 *Shepherd (2019);* காஞ்சா அய்லய்யா *(2017).*
3 *Meghwanshi (2020);* பன்வர் மெக்வன்ஷி *(2020).*
4 *Sonalkar (2020).*

அனுமானத்தை மதச்சார்பின்மைவாதிகள் கொண்டிருக்கிறார்கள். மதச்சார்பின்மைவாதிகளைப் போலிகள் என்று சங்பரிவாரம் சொல்கிறது. 'இந்து என்ற கருத்தாக்கம் ஒரு வாழ்க்கைமுறை' என்கிறது உச்ச நீதிமன்றம். ஆனால், இந்தச் சமூகத்தில் யார் இந்துவாக வாழ்ந்துகொண்டிருக்கிறார்கள் என்பதுதான் தெளிவாக இல்லை. இந்து என்ற கருத்தாக்கம் அதனளவில் எதைக் கொண்டுள்ளது என்பதும் தெளிவாக இல்லை. இந்துத்துவம் என்ற அரசியல் கோட்பாடும் ஒருசில புள்ளிகளைக் கொண்டிருக்கிறதே ஒழிய அதுவும் தெளிவாக வரையறுக்கப்பட்டிருப்பதாகத் தெரியவில்லை. 'இந்து நாகரிகத்தோடு இந்து பண்பாட்டோடு தொடர்புகொண்டிருப்பவர்களே இந்துக்கள்' என்கிறார் சாவர்க்கர். இந்த அடிப்படையிலேயே புண்ணிய பூமி, புத்திர பூமி போன்ற நிபந்தனைகளை முன்வைக்கிறார். இந்திய அரசமைப்பு பௌத்தம், சமணம், சீக்கியம் ஆகியவற்றை இந்து என்ற கருத்தமைவுக்குள் அடக்குகிறது. 'இந்துக்கள் என்பது பொதுவான வரலாறு, பொதுவான இலக்கியம், பொதுவான நாகரிகம் ஆகியவற்றைக் கொண்டிருக்கும் ஒரு தனித்த பண்பாட்டு அலகு' என்கிறார் சர்வபள்ளி இராதாகிருஷ்ணன். ஆனால், இந்த 'பொதுவான' என்பதில்தான் குழப்பம் நிலவுகிறது. மேலே கொடுத்திருக்கும் எடுத்துக்காட்டுகள் எல்லாம் இந்து என்ற கருத்தாக்கத்தை வெவ்வேறு புள்ளிகளிலிருந்து அணுகுகின்றன.

இந்திய அரசு மதச்சார்பின்மைக் கோட்பாட்டை (கொள்கை அளவிலேனும்) உள்ளடக்கமாகக் கொண்டிருக்கிறது. இதையும்கூட சங்பரிவாரம் ஏற்றுக்கொள்வதில்லை. அதாவது, மதச்சார்பின்மையை நடைமுறைப்படுத்துவதில் உள்ள பிரச்சினைகளை முன்வைத்து சங்பரிவாரம் இந்த நிலைப்பாட்டை எடுக்கவில்லை. மதச்சார்பின்மை என்ற கோட்பாட்டையே முற்றாக நிராகரிக்கிறது. இதுகுறித்தெல்லாம் பல ஆய்வாளர்கள் விரிவாக எழுதியிருக்கிறார்கள். நம்முடைய பிரச்சினை என்னவென்றால், இந்து என்ற கருத்தாக்கத்தை வரையறுக்காமல் இந்துத்துவம் என்ற அரசியல் கோட்பாட்டை நம்மால் எதிர்கொள்ள முடியாது. எனவே, இந்தக் கட்டுரையில் இந்து என்ற கருத்தாக்கத்தை அமைப்பாக்க முயலும் சில புள்ளிகளை விவாதத்துக்கு எடுத்துக்கொள்ள விரும்புகிறேன். சுருக்கமாகச் சொல்வதென்றால், சமயரீதியாகவும் சாதிரீதியாகவும் மொழிரீதியாகவும் பண்பாட்டுரீதியாகவும் பிரிந்திருக்கும் பல்வேறு குமுகங்களுக்கும் குழுமங்களுக்கும் இந்து என்ற கருத்தாக்கத்துக்கும் இடையேயான உறவு என்ன? மதச்சார்பின்மைவாதிகளும்

தாராளவாதிகளும் இந்து என்ற கருத்தாக்கத்தைப் பிரச்சினை ஏதுமில்லாமல் ஒரு மதமாக ஏற்றுக்கொள்கிறார்கள். இவர்கள் இந்து என்று முன்வைப்பது இந்திய நிலப்பரப்பில் காணப்படும் பல்வேறு சமயங்களின் தொகுப்பா அல்லது இந்து என்பது தனித்த ஒரு சமயமா என்று கேட்டுக்கொள்ள வேண்டியுள்ளது. கேள்வி என்னவென்றால், இந்து என்ற கருத்தாக்கத்தின் அடிப்படை எதைச் சார்ந்திருக்கிறது? அது சமூகத்தை, மனிதர்களை, சமூகங்களுக்கு இடையேயான உறவை, மனிதர்களுக்கு இடையேயான உறவை எவ்வாறு வரையறுக்கிறது? இந்து என்ற கருத்தாக்கத்தை நாம் மதமாக ஏற்றுக்கொள்வோம் என்றால், அன்றாட வாழ்க்கையை அது எவ்வாறு வழிநடத்துகிறது? இந்து என்பதற்கான வாழ்க்கைமுறை என்ன? எடுத்துக்காட்டாகச் சொல்வதென்றால், காந்தி தன்னை இந்துவாக வரையறுத்துக்கொண்டபோது தீண்டாமை என்ற ஊனத்தை அறரீதியான, சமூகரீதியான பிரச்சினையாக்கினார். பார்ப்பனர்கள் கொண்டிருக்கும் மேலாண்மையை முன்வைத்து இந்து என்ற கருத்தாக்கத்தை பெரியார் கேள்விக்குள்ளாக்கினார். அம்பேத்கர் தலித்துகள் ஒடுக்கப்பட்ட நிலை சார்ந்து இந்து என்ற கருத்தாக்கத்தை நிராகரித்தார். இந்து என்ற கருத்தாக்கத்துக்கு ஆர்எஸ்எஸ் இப்படி ஏதேனும் அறரீதியான சங்கடங்களையோ, சமூகரீதியான வேறு சீர்திருத்தக் கனவுகளையோ கொண்டிருக்கிறதா?

இந்து என்ற ஆர்எஸ்எஸ் லட்சியத்தில் இறையியல்ரீதியான, மதரீதியான வெளிப்பாடுகள் ஏதுமில்லை. சங்பரிவாருக்கு அயோத்தியில் ராமர் கோயில் கட்டுவதும்கூட அரசியல்ரீதியான வெளிப்பாடே தவிர இறையியல்ரீதியானது அல்ல. இறைநம்பிக்கை சார்ந்து மக்களிடையே புழங்கும் ராமர் வேறாகவும், சங்பரிவாரம் முன்வைக்கும் அரசியல்ரீதியான ராமர் வேறாகவும் வெளிப்படுகிறார்கள். மொத்தத்தில், சங்பரிவாரைப் பொறுத்தமட்டில் இந்து என்ற கருத்தாக்கம் அரசியல்ரீதியான வெளிப்பாடே தவிர மதரீதியானதோ இறையியல்ரீதியானதோ அல்ல. மதச்சார்பின்மை என்பது அரசையும் மதத்தையும் பிரித்துவைப்பது என்றால், இந்து என்ற கருத்தாக்கமே அரசியல்ரீதியான வெளிப்பாடாக இருக்கும் என்றால், இந்து மதம் என்று ஒன்றைக் கற்பிதம் செய்துகொண்டு அதை அரசிடமிருந்து விலக்கிவைப்பது என்பது பிரச்சினைக்குரியதாக இல்லையா? பழமைவாத அமைப்பல்ல ஆர்எஸ்எஸ். அது நவீனத்துவத்தின் பகுதியாகவே தன்னைக் கட்டமைத்துக்கொண்டுள்ளது. அதேசமயத்தில் வேதங்கள், உபநிடதங்கள், வேதாந்தம், பக்தி இயக்கம் தோற்றுவித்த

பல்வேறு சமயங்கள் என்று எல்லாவற்றையும் இந்து என்ற கருத்தாக்கத்தின் உட்பிரிவுகளாக அர்த்தப்படுத்துகிறது. இவ்வாறு ஒரு மேலான வகைமையை உருவாக்குவதில் பிரச்சினை ஏதும் இல்லைதான். ஆனால், இவ்வாறு உருவாக்கப்படும் வகைமைகள் அன்றாட வாழ்க்கையோடு கொண்டிருக்கும் உறவுதான் பிரச்சினைக்குரியதாகிறது. எடுத்துக்காட்டாக, பழம் என்ற வகைமையை எடுத்துக்கொள்வோம். மொழியில் பழம் என்ற வகைமையை உருவாக்குவதற்கு முன்னே பலவிதமான பழங்கள் இருக்கின்றன. இதன் அடிப்படையிலேயே குறைந்தபட்சம் ஒரு குறிப்பிட்ட பண்பைப் பகிர்ந்துகொள்ளும் எல்லாவற்றையும் பழம் என்பதற்குள் கொண்டுவந்து பழம் என்ற வகைமையை மொழியில் உருவாக்குகிறோம். இவ்வாறு மேலான ஒரு வகைமையை உருவாக்குவது அறிவறிதலின் இன்றியமையாத பகுதியாக இருக்கிறது. ஆனால், இப்படி ஒரு மேலான வகைமையான பழம் என்பதை நாம் சாப்பிட முடியுமா? மாறாக, வாழைப்பழம் அல்லது மாம்பழம் என்ற பௌதிகரீதியாக உள்ள குறிப்பிட்ட பழத்தை மட்டுமே நம்மால் சாப்பிட முடியும். என்னுடைய கேள்வி, இந்து என்ற கருத்தமைவு வேதங்கள், உபநிடதங்கள், வேதாந்தம், பக்தி இயக்கம் தோற்றுவித்த பல்வேறு சமயங்கள் என்று எல்லாவற்றையும் சுருக்கமாகச் சொல்வதற்கு மொழியில் நாம் உருவாக்கியிருக்கும் வகைமை மட்டும்தானா? அல்லது பிரம்ம சமாஜம், ஆரிய சமாஜம் போன்று இந்து என்பது தனித்த ஒரு சமயமாகிறதா? தனித்த ஒரு சமயம் என்றால், இந்துவாக யார் வாழ்ந்துகொண்டிருக்கிறார்கள் என்று நாம் கேட்டுக்கொள்ள வேண்டியுள்ளது. மக்கள் பல்வேறு சமயங்கள் அடிப்படையில்தான் வாழ்ந்துகொண்டிருக்கிறார்கள் — சைவர்களாக, வைணவர்களாக, சைவ சித்தாந்திகளாக. அதாவது, பரந்துபட்ட சமூகம் இந்து சமூகம் என்று கோருவதற்கான உள்ளடக்கம் எதுவுமே இங்கு இல்லை. ஆர்எஸ்எஸ் முன்வைக்கும் இந்து என்ற கருத்தாக்கம் பல சமயங்களின் தொகுப்பாக இருந்தாலும், தனித்த ஒரு சமயமாக இருந்தாலும் அதற்கென்று சமூகரீதியான, பண்பாட்டுரீதியான உள்ளடக்கம் எதையும் ஆர்எஸ்எஸ் உருவாக்கிக்கொடுக்கவில்லை; கொடுக்க முடியாது என்பதுதான் என்னுடைய நிலைப்பாடு. இதற்கான காரணியத்தை விரிவாகப் பார்ப்போம்.

பார்ப்பனியமும் இந்து என்ற கருத்தாக்கமும்

பார்ப்பனியக் கோட்பாட்டைத்தான் இந்து என்பதாக நாம் முன்வைக்கிறோமா? அல்லது பார்ப்பனியமும் இந்து சமயமும் வெவ்வேறானவையா? பார்ப்பனியம் என்பது பார்ப்பனராகத் தங்களை வரையறுத்துக்கொள்பவர்களோடு மட்டுப்படுத்தப்பட்டதாகவும், இந்து என்பது விரிந்தத் தளத்தில் பல சமயங்களை, சாதிகளை உள்ளடக்கியதாகவும் ஆகிறதா? ஆர்எஸ்எஸ்ஸின் அரசியல்ரீதியான முன்வைப்புகளில் இந்து என்ற கருத்தாக்கம் சமயரீதியான, சாதிரீதியான, மொழிரீதியான அடிப்படைகளுக்கு அப்பால் தேசிய சமயமாக முன்வைக்கப்படுகிறது. இதையே சமயம், சாதி, மொழி எனப் பல வேறுபாடுகளைக் கொண்டிருந்தாலும் இந்து என்ற பெருங்கடலுக்குள் சங்கமிக்கும் நதிகளாக இவை இருக்கின்றன என்கிறார்கள் தாராளவாதிகள். இந்து மதம் அதன் உள்ளார்ந்த கட்டமைப்பில் பன்முகத்தன்மை கொண்டது என்று பெருமைப்பட்டுக்கொள்கிறார்கள். எல்லாவற்றுக்கும் மேலாக நாம் மதச்சார்பின்மை பேசும்போது இந்துத்துவம் என்ற கோட்பாட்டை முன்வைத்து உரையாடுகிறோம் என்றால், சாதி ஒழிப்பு பேசும்போது பார்ப்பனியக் கோட்பாட்டை முன்வைத்து உரையாடுகிறோம். இவ்விரண்டும் இணையும் புள்ளியை ‘ஆர்எஸ்எஸ்—பார்ப்பனர்கள்’ என்பதாக மட்டுமே பார்க்க முடியுமா? இந்தச் சேர்க்கையில் உள்ள போதாமையை நாம் அனுபவபூர்வமாக உணர்ந்துகொண்டிருக்கிறோம் என்றாலும், அதைக் கருத்தாக்கத் தளத்துக்கு, கோட்பாட்டாக்கத் தளத்துக்கு நாம் கொண்டுசெல்ல மறுக்கிறோம்.

என்னுடைய முந்தைய நூல்களில்[5] நான் முன்வைத்திருக்கும் சில புரிதல்களை இந்தக் கட்டுரையில் பயன்படுத்தவிருக்கிறேன். பார்ப்பனியக் கோட்பாடு பார்ப்பனர்களோடு மட்டுப்பட்டதல்ல. குறைந்தபட்சம், மத்தியக் காலத்திலிருந்து பார்ப்பனியம் என்ற கோட்பாடு, பார்ப்பனர் என்ற கருத்தமைவு சார்ந்தும் தீண்டாமை என்ற நடைமுறை சார்ந்தும் அதை வடிவமைத்துக்கொண்டிருக்கிறது. என் வாதங்களை முன்வைப்பதற்கு மூன்று விஷயங்களை அடிப்படையாக எடுத்துக்கொள்கிறேன்: முதலாவதாக, எங்கெல்லாம் பார்ப்பனர் என்ற கருத்தமைவு காணப்படுகிறதோ அங்கெல்லாம் ஏதோ ஒரு விதமான தீண்டாமை காணப்படும். எங்கெல்லாம்

5 ராமாநுஜம் (2016); Ramanujam (2020).

தீண்டாமை காணப்படுகிறதோ அங்கெல்லாம் ஏதோ ஒரு வடிவத்தில் பார்ப்பனர் என்ற கருத்தமைவு செயலாற்றும். இரண்டாவதாக, மத்தியக் காலத்தில் தோன்றிய சமயங்களெல்லாம் பார்ப்பனர் என்ற கருத்தமைவோடு தொடர்புகொண்டவை என்றால், தீண்டாமை என்ற நடைமுறையோடு தொடர்புகொண்டவை சாதிகள். மூன்றாவதாக, தீண்டாமை கொண்டுதான் தனித்த சாதிகள் தங்களை வரையறுத்துக்கொள்கின்றன என்றால், சாதிகளுக்கு இடையேயான தீண்டாமையின் சமூக வெளிப்பாட்டில் உள்ள வேறுபாடுகள் (சமூகரீதியாக) அளவுரீதியானவையே தவிர பண்புரீதியானவை அல்ல. பார்ப்பனர்களாகத் தங்களை வரையறுத்துக்கொள்கிறவர்களும் தீண்டப்படாதவர்களாக வரையறுக்கப்படுகிறவர்களும்கூட தனித்த சாதிகளாகக் காணப்படுகிறார்கள்.

பார்ப்பனர் என்ற கருத்தமைவு எவ்வாறு ஸ்தூலமான பார்ப்பனர்களோடு மட்டுப்பட்டதாக இல்லையோ அதற்கு நிகராக, தீண்டாமையும் தீண்டப்படாதவர்களாக அடையாளப்படுத்தப்படுவோரோடு மட்டுப்பட்டதல்ல. இதைப் புரிந்துகொள்ள இடைநிலை சாதிகள் என்று சொல்லப்படும் சாதிகளின் சுயவரையறையை எடுத்துக்கொள்வோம். இந்தச் சாதிகள் அவற்றை சுயவரையறை செய்துகொள்வதே பிரச்சினைக்குரியதாக இருக்கிறது. சூத்திரர்கள் என்ற வகைமையும் இடைநிலை சாதிகளின் சுயவரையறை அல்ல. மேலும், அது வர்ணத்தை அடிப்படையாகக் கொண்டது. பார்ப்பனரல்லாதார் என்று வரையறுத்துக்கொள்ளும்போது அது தீண்டப்படாதவர்களை உள்ளடக்கியதாக இருக்கிறது. தலித்தல்லாதார் என்று வரையறுத்துக்கொண்டால் அது பார்ப்பனர்களை உள்ளடக்கியதாக இருக்கிறது. பார்ப்பனர்–தலித் என்ற இந்த இருமத்தை நம்மால் தவிர்க்க முடியவில்லை. இது ஒரு விஷயத்தை நமக்குத் தெளிவுபடுத்துகிறது. அதாவது, சாதிகள் தனித்த சாதிகளாகவே தங்களை வரையறுத்துக்கொள்ள முடியும். அப்படியென்றால், பார்ப்பனச் சாதிகள் பார்ப்பனர் என்ற கருத்தோடும், தலித் சாதிகள் தீண்டப்படாதவர் என்ற கருத்தோடும் ஏன் இணைக்கப்படுகின்றன? பார்ப்பனச் சாதிகளும் தலித் சாதிகளும் சாதிய ஒழுங்கின் உள்ளார்ந்து காணப்படும் மீபௌதிகக் கட்டமைப்பை நமக்குப் புலப்படுத்துகின்றன. இவ்வாறு சமூகரீதியாகப் புலப்படுத்தவில்லை என்றால், சாதிகளின் உள்ளார்ந்த பண்பை நம்மால் அணுகவும் முடியாது, நடைமுறைப்படுத்தவும் முடியாது. அதனால்தான், சாதிய ஒழுங்கில் சில குமுகங்கள் பார்ப்பனச் சாதிகளாகவும், வேறு சில

குமுகங்கள் தீண்டப்படாத சாதிகளாகவும் அவசியமாகிறார்கள். மத்தியக் காலத்தில் தோன்றிய சமயங்கள்/சாதிகள் இதையே நமக்கு வெளிப்படுத்துகின்றன. இத்தகைய சாதி ஒழுங்கே 'பார்ப்பனியம்' ஆகிறது. பார்ப்பனியம் எக்காலத்திலும் ஒத்த உள்ளடக்கத்தைக் கொண்டிருக்கிறது என்று நாம் எடுத்துக்கொள்ள முடியாது. வேத பார்ப்பனியமும் தர்மசாஸ்திரப் பார்ப்பனியமும் வேறான உள்ளடக்கத்தைக் கொண்டிருந்தன. மத்தியகால பார்ப்பனியம் சாதிகளை உள்ளடக்கமாக கொண்டிருந்தன. அதுபோலவே இன்றைய பார்ப்பனியம் தேசிய அரசு என்ற கருத்தாக்கத்தைப் பெரிதும் சார்ந்திருப்பதாகிறது. நவீன இந்தியாவில் இந்துத்துவக் கோட்பாடானது சமூகரீதியாகவும் பண்பாட்டு ரீதியாகவும் பார்ப்பனியத்தை அதன் உள்ளடக்கமாகக் கொண்டிருக்கிறது. இந்து என்ற கருத்தாக்கத்தை முன்வைத்து பார்ப்பனியத்தைத் தக்கவைப்பதுதான் இந்துத்துவத்தின் நோக்கம். பார்ப்பனியமானது பார்ப்பனர் என்ற கருத்தமைவு சார்ந்தும், தீண்டாமை என்ற நடைமுறை சார்ந்தும் அதை வரையறுத்துக்கொள்கிறது என்ற புரிதல் அடிப்படையிலிருந்து பார்ப்பனியத்தை நவீன தேசியம் என்ற கருத்தாக்கத்தோடு ஆர்எஸ்எஸ் எவ்வாறு இணைக்கிறது என்று புரிந்துகொள்ள முயல்வோம்.

இந்து என்ற கருத்தாக்கம் நவீன தேசிய அரசோடு இணைந்ததாக இருக்கிறது. இந்து அரசு என்ற லட்சியத்தின் சாரம் என்னவாக இருக்க முடியும்? இந்துத்துவ அமைப்புகள் அதைக் கோட்பாட்டுரீதியாகவோ கருத்தாக்கரீதியாகவோ விவரிக்க முயன்றிருக்கின்றனவா? 'இந்துத்துவம் என்றால் என்னவென்று அதிகாரபூர்வமாக வரையறை ஏதுமில்லை' என்கிறார்கள் அந்த அமைப்பை ஆய்வுசெய்த ஆண்டர்சனும் டாம்லேவும்.[6] ஏன் ஆர்எஸ்எஸ் அதன் மிக முக்கியக் கோட்பாடான இந்துத்துவத்தை இதுவரை வரையறுக்க முயலவில்லை? இதற்குக் காரணியம் இந்தக் கருத்தாக்கத்துக்குப் பின்னால் ஆர்எஸ்எஸ்ஸால் நேரடியாக வெளிப்படுத்த முடியாத ஏதேனும் உள்ளடக்கத்தை அது மறைத்துக்கொள்ள வேண்டியிருக்கிறதா? வேறு வார்த்தைகளில் கேட்பதென்றால், ஆர்எஸ்எஸ்ஸால் சமூகரீதியாகவும் அரசியல்ரீதியாகவும் வெளிப்படுத்த முடியாத ஏதோ ஒன்றுக்கு இந்துத்துவம், இந்து போன்றவை முகமூடியாகின்றனவா? இதற்கு வரலாற்றுரீதியாக உருவான இந்து என்ற விவரிப்பை ஆர்எஸ்எஸ்

---

6   Anderson and Damle (2018: 77). இவர்கள் இருவரும் பல பத்தாண்டுகளாக ஆர்எஸ்எஸ் குறித்து ஆராய்ச்சி செய்தவர்கள். ஆர்எஸ்எஸ் உள்வட்டத்தோடும் உயர்மட்டத்தோடும் நெருங்கிய தொடர்புகொண்டிருப்பவர்கள்.

பயன்படுத்திக்கொள்கிறதா? வெளிப்படுத்த முடியாத இந்த லட்சியத்தை அடைவதற்கு நவீன அரசு, தேசியம், முதலீட்டியம், சமயங்கள், கடவுள்கள், சாதிகள், நம்முடைய கடந்த காலச் சிந்தனை மரபுகள் என்று எல்லாவற்றையும் தன்வயப்படுத்திக்கொள்ள முயல்கிறதா? இந்துத்துவக் கோட்பாட்டை நவீன தேசிய அரசு காலகட்டத்தில் பார்ப்பனியத்தை நிலைநிறுத்துவதற்கான முயற்சியாக நாம் வரையறுப்போமானால், ஆர்எஸ்எஸ்ஸின் நோக்கத்தைப் பார்ப்பனர் என்ற கருத்தமைவைத் தக்கவைப்பதற்கான முயற்சியாக நம்மால் வாசிக்க முடியும். பார்ப்பனர் என்ற கருத்தமைவைச் சுற்றியே பார்ப்பனியம் கட்டப்பட்டுள்ளது. அத்வைத வேதாந்தி சங்கரர் அவருடைய காலத்தில் செய்ததை ஆர்எஸ்எஸ் நம் காலத்தில் செய்ய முயல்வதாக நாம் வாசிக்க முடியும். அதாவது, அரசமைப்பு சகாப்தத்தில் பார்ப்பனர் என்ற கருத்தமைவை நிலைநிறுத்துவதற்குத்தான் ஆர்எஸ்எஸ் முயல்கிறது. நவீன அரசோடும், ஜனநாயக அரசியலோடும், இஸ்லாம், கிறிஸ்தவம் போன்ற மதங்களோடும், பார்ப்பனரல்லாதார், தலித் போன்ற அரசியல் அடையாளங்களோடும், இந்திய நிலப்பரப்பில் தோன்றிய பல்வேறு மரபான சமயங்களோடும், பல்வேறு சாதிகளோடும் ஆர்எஸ்எஸ் கொண்டிருக்கும் சிக்கலான உறவை நாம் இதன் ஊடாகவே புரிந்துகொள்ள வேண்டியுள்ளது.

இந்திய அரசமைப்பையும் சமத்துவவாதம், சமூகநீதி, குடிநபர் உரிமை, மதச்சார்பின்மை போன்ற கோட்பாடுகளைப் பின்னுக்குத் தள்ளி பார்ப்பனர் என்ற கருத்தமைவை முன்னுக்குக் கொண்டுவருவதுதான் ஆர்எஸ்எஸ்ஸின் நோக்கம். ஆர்எஸ்எஸ் ஓர் இந்து மடமாக இருந்து இந்திய அரசை அது வழிநடத்தும். இதை ஆண்டர்சன், டாம்லே வார்த்தைகளில் சொல்வதென்றால், ஆர்எஸ்எஸ்ஸின் தலைவர் ‘அரசமைப்பு ரிஷி’ ஆகிறார். இதுகுறித்து விரிவாக விவாதிப்பதற்கு முன்னால் இதோடு தொடர்புடைய சில கேள்விகளைக் கேட்டுக்கொள்வோம்: ஏன் ஆர்எஸ்எஸ் அதன் நோக்கத்தை வெளிப்படையாக முன்வைத்து பல்வேறு ஜனநாயகரீதியான அரசியல் கட்சிகள்போல வெளிப்படையாகச் செயல்பட முடியவில்லை? ஏன் ஆர்எஸ்எஸ்ஸுக்கு அதற்குக் கட்டுப்பட்டும், அதேசமயத்தில் அதனிடமிருந்து விலகியும் இருக்கும் துணை அமைப்புகள் தேவைப்படுகின்றன? பாரதிய ஜனதா கட்சி, விஷ்வ இந்து பரிஷத், பஜ்ரங் தள் மற்றும் பிற இந்துத்துவ அமைப்புகளோடு ஆர்எஸ்எஸ் கொண்டிருக்கும் உறவின் பண்பை நாம் எவ்வாறு விவரிக்கப்போகிறோம்? ஏன்

குடும்பஸ்தர்கள், அவர்கள் பார்ப்பனக் குடும்பஸ்தர்களாகவே இருந்தாலும், ஆர்எஸ்எஸ்ஸில் முழுநேரச் செயல்பாட்டாளராக சேர முடிவதில்லை? மரபான சமயம்/சாதி மடங்களுக்கு நிகராக, குறிப்பாக அத்வைத மடங்களுக்கு நிகராக ஆர்எஸ்எஸ் ஓர் இந்து மடமாகிறதா? ஆர்எஸ்எஸ்ஸின் தலைவர் இந்து சமயத்தின் மடாதிபதியாகத் தன்னைக் கற்பிதம் செய்துகொள்கிறாரா? மடாதிபதிகள் மரபான அர்த்தத்தில் தர்மம்/அதர்மம், சரி/தவறு/, தொடுதல்/தீண்டுதல், தீண்டுதல்/அதீண்டுதல் போன்ற இருமங்களுக்கு அப்பாற்பட்டவர்கள். சங்கரர் முன்வைத்த 'உன்னதப் பார்ப்பனர்' என்ற கருத்தமைவு எவ்வாறு எல்லா இருமங்களுக்கும் அப்பாற்பட்டதாக இருக்கிறதோ அதற்கு நிகராக ஆர்எஸ்எஸ்ஸின் தலைவர் எல்லா இருமங்களுக்கும் அப்பாற்பட்டவராகிறாரா?

ஆர்எஸ்எஸ் எனும் இந்து மடம்

'இந்து என்றால் யார் என்பதை வரையறுக்க ஆர்எஸ்எஸ் அதன் தொடக்கக் காலத்தில் சாவர்க்கரின் புவியியல்ரீதியான தேசியத்தைச் சார்ந்திருந்ததோடு மட்டுமல்லாமல் அதோடு 'மாபெரும்' பார்ப்பனிய இந்து மதத்தின் பண்பாட்டு மரபையும் இணைத்துக்கொண்டது' என்கிறார்கள் ஆண்டர்சனும் டாம்லேவும்.[7] யார் இந்து என்பதை வரையறுக்க, புவியியல்ரீதியான தேசியத்தோடு பார்ப்பனிய மரபிலிருந்து ஆர்எஸ்எஸ் எதையெல்லாம் தன்வயப்படுத்திக்கொண்டது? எதையெல்லாம் தன்வயப்படுத்திக்கொள்ள மறுக்கிறது? 'இந்து மதத்தின் கோட்பாடும் வரலாறும் மட்டுமல்லாமல் அதன் நடைமுறையும்கூட படித்த, சமூகத்தில் மேலெழுந்து வந்த, பத்தொன்பதாம் நூற்றாண்டைச் சேர்ந்த அறிவுஜீவிகளால், குறிப்பாக ஆண் அறிவுஜீவிகளால் கொண்டுவரப்பட்டது' என்கிறார் தேவதேவன். 'இந்தப் புதிய மதத்தின் கருத்தாக்கரீதியான ஆதார சக்தியாக இருப்பது சங்கரரின் அத்வைத முறைமையே' என்றும் முன்வைக்கிறார்.[8] மேலும், இந்து என்ற கருத்தாக்கம் 'பெரும்பாலும் பிரதி சார்ந்த வரலாற்றைச் சார்ந்திருக்கிறது. வேதங்கள், உபநிடதங்கள், ராமாயணம், மகாபாரதம் ஆகிய புராணங்கள் போன்ற பண்டைய சம்ஸ்கிருதப் பனுவல்கள் இந்து மதக் கட்டமைப்பில் மையமான இடத்தைப் பெற்றன' என்றும்

7 *Anderson and Damle (2018: 78–79)., p. 237.*
8 *Devadevan (2016: 178).*

தேவதேவன் முன்வைக்கிறார். தேவதேவன் அவரது வாதங்களை விரிவாக முன்வைத்து ‘துறவிகளையும் விவசாயிகளையும் ஒழித்துதான் இந்து மதம் உருவாக்கப்பட்டது’ என்ற முடிவுக்கு வருகிறார்.[9] இது முக்கியமான ஒரு பார்வையாகும். விவசாயிகளை ஒழித்தது குறித்து நான் இங்கு எடுத்துக்கொள்ளப்போவதில்லை. அது தனியாக, விரிவாக விவாதிக்க வேண்டியது. துறவிகளை ஒழித்தது என்ற கருத்தானது நாம் விவாதிக்கும் விஷயத்தோடு மிகுந்த தொடர்புடையதாகும். தேவதேவன் முன்வைத்ததை அடிப்படையாகக் கொண்டு மரபான சந்நியாசிகள், துறவிகள், தர்மாச்சாரிகள், மடாதிபதிகள் ஆகியோருக்கும் ஆர்எஸ்எஸ்ஸுக்கும் இடையேயான உறவைப் புரிந்துகொள்ள வேண்டியுள்ளது. மரபான சமயம்/சாதி மடங்கள் கொண்டிருக்கும் சமூக அதிகாரத்தை ஆர்எஸ்எஸ் என்ற தேசிய இந்து மடத்தால் ஏற்றுக்கொள்ள முடியாது. அப்படியென்றால், இந்து என்ற கருத்தாக்கத்தை மத்தியக் காலத்தில் தோன்றிய பல்வேறு சமயங்கள்போலவே நம் காலத்தில் கட்டப்பட்ட நவீன சமயமாக நாம் அர்த்தப்படுத்திக்கொள்ள முடியும்.

மத்தியக் காலத்தில் தோன்றிய பல்வேறு சமயங்கள் எவ்வாறு பார்ப்பனர் என்ற கருத்தமைவை மொழியாக்கம் செய்தனவோ அதற்கு நிகராகத்தான் இன்றைய இந்து சமயமும் மொழியாக்கம் செய்ய முயல்வதாக நாம் எடுத்துக்கொள்ள முடியுமா? நம் சமூகத்தில் பார்ப்பனர் என்ற கருத்தமைவைச் சுற்றியே சமூகரீதியான உரையாடல்கள் சாத்தியப்பட்டுள்ளன. பண்டைய காலத்திலும் மத்தியக் காலத்திலும் பார்ப்பனர் என்ற கருத்தமைவு பார்ப்பனர்களாலும், பார்ப்பனியத்தை எதிர்க்கும் இயக்கங்களாலும் தக்கவைக்கப்பட்டது.[10] பார்ப்பனர் என்ற கருத்தமைவு என்று சொல்லும்போது, அது தங்களைப் பார்ப்பனர்கள் என்று வரையறுத்துக்கொள்பவர்களோடு மட்டுப்படுத்தப்பட்டதல்ல. பார்ப்பனர் என்ற கருத்தமைவு ஸ்தூலமான பார்ப்பனர்களின் கூட்டுத்தொகையல்ல. இந்தக் கருத்தாக்கம் ஸ்தூலமான பார்ப்பனர்களைவிட எப்போதும் கூடுதலாக எதையோ கொண்டிருக்கிறது. ஒப்பீட்டளவில் சொல்வதென்றால், தொழிலாளி வர்க்கம், முதலாளி வர்க்கம் போன்ற கருத்தாக்கங்கள் எவ்வாறு ஸ்தூலமான தொழிலாளிகளைவிட, முதலாளிகளைவிட கூடுதலாக எதையோ கொண்டிருக்கின்றனவோ

9 Ibid.

10 விரிவான வாசிப்புக்குப் பார்க்கவும்: Ramanujam (2020).

அதுபோன்றது. இதில் முரண்நகை என்னவென்றால், மத்தியக் காலத்திலிருந்து, குறிப்பாக சங்கரருக்குப் பிறகு, பார்ப்பனர் என்பதாகத் தங்களை வரையறுத்துக்கொள்கிறவர்கள், அதாவது குடும்பஸ்தப் பார்ப்பனர்கள் தங்களை முற்றும் முழுவதுமாகப் பார்ப்பனராக வரையறுத்துக்கொள்வது சாத்தியமில்லாதது. இவர்கள் சைவப் பார்ப்பனர்கள், வைணவப் பார்ப்பனர்கள் என்பதுபோல்தான் காணப்படுகிறார்கள். அதாவது, பல்வேறு சமயங்களைச் சேர்ந்தவர்களாகவும், பல்வேறு சாதிகளைச் சேர்ந்தவர்களாகவும் இருந்துகொண்டே பார்ப்பனர் என்ற கருத்தமைவுக்குக் குறிப்பான்களாக இருக்க வேண்டியுள்ளது. இவ்வாறு இருப்பின், நாம் இந்தக் கேள்வியைக் கேட்டுக்கொள்ள முடியும்: ஒரு பார்ப்பனர் சைவராகவோ வைணவராகவோ இருக்க முடியுமா? 'இந்திய அரசமைப்பை ஏற்றுக்கொள்ளும் பார்ப்பனர்களைப் பார்ப்பனியத்தை எதிர்ப்பவர்களாக எடுத்துக்கொள்ளலாம்' என்கிறார் ராஜீவ் பார்கவா.[11] அரசமைப்பை ஏற்றுக்கொள்பவர்கள், பார்ப்பனர் என்ற கருத்தமைவின் திரளுருவாக இருக்க முடியாதா? (இதுகுறித்து நாம் பின்னர் விரிவாகப் பார்ப்போம்.)

'கோல்வால்கர் இந்திய அரசை 'வாழும் கடவுளாக' அடையாளப்படுத்துகிறார்' என்கிறார்கள் ஆண்டர்சனும் டாம்லேவும்.[12] 'எங்களுடைய இருப்பு மக்கள் சார்ந்தும் சம்ஸ்கிருதி (பண்பாடு) சார்ந்தும் இருக்கிறது. இது தனித்துவமானது மட்டுமல்லாமல் அதிகாரத்தில் வேர் கொண்டிருக்கும் ஐக்கிய-அரசு என்பதிலிருந்து முற்றிலும் வேறானது' என்கிறார் மோகன் பாகவத்.[13] அதாவது, அரசமைப்பு கொடுக்கும் ஜனநாயக உரிமைகளையும் ஏற்றுக்கொண்டு, அதேசமயத்தில் பார்ப்பனர் என்ற கருத்தமைவைத் தக்கவைத்துக்கொள்ள முடியாது. அதனால்தான், ஆர்எஸ்எஸ் இந்திய அரசமைப்பை நிராகரிக்க வேண்டியிருக்கிறது. அதாவது, ஆர்எஸ்எஸ்ஸின் தலைவர், சர்சங்சாலக் (sarsanghchalak) என்று அழைக்கப்படுகிறவர், அரசமைப்பைவிட மேலானவராகத் தன்னை பாவித்துக்கொள்ள வேண்டியிருக்கிறது. மரபான சமயம்/சாதி மடங்களில், மடாதிபதிகள் எவ்வாறு எல்லா இருமங்களுக்கும் அரசு அதிகாரத்துக்கும் அப்பாற்பட்டவர்களாகத் தங்களை பாவித்துக்கொண்டார்களோ அதற்கு நிகராக சர்சங்சாலக் எல்லாவற்றுக்கும் அப்பாற்பட்டவராகத் தன்னை

---

11 Bhargava (2019).
12 Anderson and Damle (2018: 78–79).
13 Ibid., p. 243.

பாவித்துக்கொள்கிறார். யார் ஆர்எஸ்எஸ்ஸின் சர்சங்சாலக்காக இருக்கிறார் என்பது முக்கியமில்லை. சர்சங்சாலக் என்பது ஒரு நிலை. பரமஹம்ச சந்நியாசிபோல் ஒரு நிலை. அந்த நிலையை அடைந்த ஒருவர் எல்லாவற்றுக்கும் அப்பாற்பட்டவராகத் தன்னை பாவித்துக்கொள்ளும் தகுதி பெற்றவராகிறார். சர்சங்சாலக் என்ற நிலையை அடைந்தவர், தர்மத்தைத் தீர்மானிப்பவராகவும், அரசைக் கட்டுப்படுத்துபவராகவும், ஜனநாயக அரசியலை வழிநடத்துபவராகவும் ஆகிறார். இவரே 'அரசமைப்பு ரிஷி' ஆகிறார்.

மரபான சமயம்/சாதி மடங்கள்போலவே ஆர்எஸ்எஸ்ஸும் ஆண்களுக்கு மட்டுமானதாகக் கட்டமைக்கப்பட்டுள்ளது. மரபான மடங்கள், குறிப்பாகச் சமூகரீதியாக அந்தஸ்து பெற்றிருக்கும் சமயம்/சாதி மடங்கள், எவ்வாறு அவற்றை இணை அதிகாரமாக விளக்கிக்கொண்டனவோ அதற்கு நிகராக ஆர்எஸ்எஸ்ஸும் அரசதிகாரத்துக்கு இணை அதிகாரமாக அதை விளக்கிக்கொள்கிறது. இங்கு சுவாரஸ்யமான விஷயம் என்னவென்றால் மடங்கள் நடைமுறைரீதியாகவும் கருத்தாக்கரீதியாகவும் பெண்களை உள்ளடக்க முடியாது. பார்ப்பனிய உலகப் பார்வையில் பெண்களுக்கும் கருத்தாக்கரீதியாக எத்தகைய இருப்பும் கிடையாது என்பதை நினைவில்கொள்ள வேண்டும். 'தற்காப்புக் கலையைக் கற்றுக்கொள்வதற்கு நாங்களும் ஷாகாவில் சேரலாமா?' என்று அப்போதைய ஆர்எஸ்எஸ் சர்சங்சாலக்காக இருந்த ஹெட்கேவாரிடம் ஒரு பெண்மணி கேட்கிறார். பெண்கள் ஷாகாவில் சேருவதற்கு ஹெட்கேவார் அனுமதி கொடுக்க மறுக்கிறார். ஆனால், பெண்களுக்கென்று ஒரு தனி அமைப்பை உருவாக்குவதற்கு அனுமதி கொடுக்கிறார்.[14] பெண்களுக்கான இந்த அமைப்பின் பெயர் குறித்து மிக சுவாரஸ்யமான விஷயத்தை பச்சீட்டா நமது கவனத்துக்குக் கொண்டுவருகிறார். பெண்களுக்கான அமைப்பின் பெயரும், அதன் சுருக்க வடிவில், ஆர்எஸ்எஸ் என்றுதான் இருக்கிறது. சுருக்க வடிவில், ஆண்களுக்கான அமைப்பின் பெயரை ஒத்திருப்பது போன்று தோன்றும். ஆனால், பெண்கள் அமைப்பின் சுருக்கத்தை நாம் விரித்துப் பார்ப்போம் என்றால் ஆர்எஸ்எஸ் பெண்களை எவ்வாறு பார்க்கிறது என்பதை நம்மால் விளங்கிக்கொள்ள முடியும். பெண்களுக்கான அமைப்பின் பெயர் 'ராஸ்ட்ரீய சேவிகா சமிதி'. ஆண்களுக்கான அமைப்பில் உள்ள

14 *Bacchetta (2020: 113).*

'சுயம்' என்ற சொல் பெண்களுக்கான அமைப்பில் இல்லாததை பச்சீட்டா நமது கவனத்துக்குக் கொண்டுவருகிறார். இதற்கான நியாயப்பாடு என்னவாக முன்வைக்கப்படுகிறது என்றால் 'பெண்கள் தனிநபர்களாக மட்டுமே தங்களை வெளிப்படுத்திக்கொள்வதில்லை. அவர்கள் குடும்பம், சமூகம், தேசம், மதம், பண்பாடு போன்றவற்றையும் வெளிப்படுத்துகிறார்கள்' என்கிறார் பச்சீட்டா.[15] சுருங்கச் சொல்வதென்றால், ஆர்எஸ்எஸ் வரையறையில் பெண்கள் 'நாம்–சுயம்' என்பதன் பகுதியாக, அதாவது குடும்பத்தின், சாதியின், குமுகத்தின் பகுதியாக இருக்கிறார்களே தவிர 'நான்–சுயம்'[16] என்று எதையும் கொண்டிருக்கவில்லை என்றாகிறது.

சுயம் ஆண்களுக்கானது மட்டுமே. ஆனால், ஆண்களுக்குக்கான அமைப்பின் பெயரில் 'சுயம்' என்ற சொல் காணப்படுவதால், அதில் உள்ள ஆண்கள் நான்–சுயத்தைக் கொண்டிருப்பவர்களாகிறார்களா? ஆர்எஸ்எஸ்ஸின் உலகப் பார்வையில் ஆண்கள் கருத்தாக்கத் தளத்தில் 'சுயம்' என்பதைக் கொண்டிருப்பவர்களாக இருக்கலாம். ஆனால், கருத்தாக்கரீதியாகக்கூட பெண்கள் 'சுயம்' என்று எதையும் கொண்டிருக்க முடியாதவர்கள் ஆகிறார்கள். ஆர்எஸ்எஸ்ஸில் முழுநேர உறுப்பினராகும் ஆண்களின் 'சுயம்' எத்தகையது? ஆர்எஸ்எஸ்ஸில் முழுநேர உறுப்பினர்களாக மாறும் ஆண்கள் துறவிகளாகத் தங்களை பாவித்துக்கொள்கிறார்கள். ஆர்எஸ்எஸ் உறுப்பினர்களின் நான்–சுயம் துறவற நிலையில்தான் இருக்கிறது. பெண்களுக்கு இந்த நிலை கருத்தாக்கரீதியாகவும் நடைமுறைரீதியாகவும் மறுக்கப்படுகிறது. அதனால்தான், ஆர்எஸ்எஸ்ஸில் பெண்கள் முழுநேர உறுப்பினர்களாக ஆக முடியாது. ஆர்எஸ்எஸ்ஸின் இந்த நிலைப்பாடு மரபான மடங்களின் நிலைப்பாட்டுக்கு நிகரானதாக இருக்கிறது. மடங்கள் பெரும்பாலும் கடவுள்களோடும் பக்தியோடும் பிணைந்திருப்பவை என்பதைக் காட்டிலும் அதிகாரத்தோடும் மரணத்தோடும் பிணைந்திருப்பவை. இதைப் புரிந்துகொள்ள மடங்களுக்கும் கோயில்களுக்கும் இடையேயான வேறுபாட்டைப்

15 *Bacchetta (2020: 113). p. 12.*

16 *'நான்' என்று ஒன்று இருக்கிறதா அல்லது, நாம் ஒருவிதமான 'நாம்'-லிருந்து வேறுவிதமான 'நாம்' நோக்கிதான் எப்போதும் நகர்கிறோமா என்பது வேறான பிரச்சினை. நான் அதற்குள் இங்கு போகவில்லை. எடுத்துக்காட்டாகச் சொல்வதென்றால், பௌத்தம் 'நான்' இருப்பை மறுதலிக்கிறது. அதேசமயத்தில் 'நான்'–க்கும் 'என்'–க்கும் இடையேயான உறவையும் இங்கு நான் விவாதத்துக்கு எடுத்துக்கொள்ளவில்லை. பார்க்கவும்: Guru and Sarukkai (2019).*

பார்ப்பது பொருத்தமாக இருக்கும். பொதுவாக, மடங்கள் வாழ்க்கை சார்ந்தவை அல்ல. பௌத்த, சமண மடங்களும்கூட வாழ்க்கை சார்ந்தவை அல்ல. ஆனால், இவை வாழ்க்கைத் துறப்பைக் கொண்டிருக்கின்றனவே தவிர பார்ப்பனியத்தில் உள்ளதுபோல் மரணத்தை அடிப்படையாகக் கொண்டிருக்கவில்லை. திருவாவடுதுறை ஆதீனம் மடம் குறித்த தனது வாசிப்பில் யோக்கம் மிக முக்கியமான பார்வையை முன்வைக்கிறார்.

> மடங்கள் பல்வேறு விதங்களில் கோயில்களுக்கு நிகரானவையாக இருக்கலாம். ஆனால், கல்லறைகள் இருக்கும் இடத்தில் கோயில்கள் கட்டப்படுவதில்லை. மேலும், [கோயில்களில்] நினைவு தினங்கள் கொண்டாடப்படுவதில்லை. தென் இந்தியாவில் பல கோயில்கள் பெண் கடவுள்களுக்கு முக்கியத்துவம் கொடுக்கின்றன. இந்தப் பெண் கடவுள்கள் கோயில்களுக்குச் செல்லும் பெண்களுக்கு மிகவும் பரிச்சயமானவர்களாக இருக்கிறார்கள். ஆனால், மடங்களில் பெண் கடவுள்களுக்கு இடம் ஏதும் கிடையாது. மடமும் கோயில் போன்றதுதான் என்றால், அது ஒரு வேறுபாட்டைக் கொண்டிருக்கும் கோயிலாகிறது. ஏனெனில், மடம் கல்லறையாக இருக்கிறது.[17]

யோக்கம் முன்வைக்கும் இந்த முக்கியமான அவதானிப்புக்குள் அடங்காத சில விலகல்கள் நடைமுறையில் இருக்கின்றன என்றாலும், கருத்தாக்கத் தளத்தில் அவர் சொல்வது முற்றிலும் ஏற்றுக்கொள்ளக்கூடியதாக இருக்கிறது. இந்த அடிப்படையில் பார்ப்போம் என்றால் அடிப்படை இல்லாமல் ஆர்எஸ்எஸ் ஆண்களுக்கான அமைப்பாக இல்லை. ஆர்எஸ்எஸ்ஸின் துணை அமைப்புகள் வாழ்க்கையோடு தொடர்புடைய கோயில்கள், கடவுள்கள், அசுத்தங்கள், குடும்பம் போன்றவற்றைக் குறிக்கின்றன என்றால், ஆர்எஸ்எஸ் மரபான மடங்களை, குறிப்பாக அத்வைத மடங்களைப் பின்பற்றி அதை வடிவமைத்துக்கொண்டிருக்கிறது. கோயில்களில் குடும்பஸ்தர்களான ஆண்கள் மட்டுமல்லாமல் பெண்களும் பங்கெடுத்துக்கொள்ள முடியும். இதில் நாம் கணக்கில் எடுத்துக்கொள்ள வேண்டிய மற்றொரு முக்கியமான அம்சம் என்னவென்றால், நாம் கோயில்களையும் கடவுள்களையும் ஜனநாயகப்படுத்த முடியும். கோயில் நுழைவுப் போராட்டம், அனைத்து சாதியினரும் அர்ச்சகராகும் உரிமைக்கான போராட்டம்,

17 *Yocum (1990: 264).*

மாதவிடாய்ப் பருவத்தில் இருக்கும் பெண்கள் சபரிமலைக் கோயிலுக்குள் நுழைவதற்கான போராட்டம் எல்லாம் இதையே நிரூபிக்கின்றன. (இதிலெல்லாம் முழு வெற்றி இன்னும் கிட்டவில்லை என்றாலும், போராட முடிகிறது என்பது முக்கியம்.) மேலும், கோயில்கள் வாழ்க்கைபோலவே சமூகரீதியாக, உணர்வுரீதியாகப் புலப்படக்கூடியவையாக இருக்கின்றன. நம்முடைய கடவுள்கள் அரூபமானவர்கள் அல்ல; அன்றாட வாழ்க்கையிலிருந்து விலகியவர்களும் அல்ல. நம்முடைய கடவுள்கள் முற்றும் முழுவதுமானவர்களும் அல்ல. நம் கடவுள்களை நம்மால் அறரீதியாகக் கேள்விகள் கேட்க முடியும். மொத்தத்தில், கோயில்களையும் கடவுள்களையும் நம்மால் ஜனநாயகப்படுத்த முடியும். ஆனால், மடங்களை நம்மால் ஜனநாயகப்படுத்த முடியாது. ஏனெனில், அவை புலப்படாதவையாக இருக்கின்றன. அதாவது, நம் வாழ்க்கையில் மரணம் எவ்வாறு புலப்படாததாக இருக்கிறதோ அதற்கு நிகராக மடங்கள் நமக்கு மத்தியில் இருந்தாலும் நமக்குப் புலப்படாததாக இருக்கின்றன. அதனால்தான், சாதி ஒழிப்புக் கதையாடல்களிலும், மதச்சார்பின்மைக் கதையாடல்களிலும் மடங்கள் பிரச்சினைக்குரியவையாக எடுத்துக்கொள்ளப்படவில்லை. மரபான மடங்களும் மடாதிபதிகளும் சாதிய ஒழுங்கைத் தக்கவைத்துக்கொள்வதில் முக்கியப் பங்காற்றுவதோடு மட்டுமல்லாமல், மறைமுகமாகச் சமூகத்தில் ஒரு இணை அதிகாரமாகச் செயல்பட்டுக்கொண்டிருக்கின்றன. துரதிர்ஷ்டவசமாக, நவீன இந்தியாவில் எந்த சீர்திருத்தவியலாளர்களும், பெரியார் உட்பட மடங்களை எதிர்க்கவில்லை. கோயில்களையும் கடவுள்களையும் பெரியார் எதிர்த்ததற்குப் பதிலாக மடங்களையும் மடாதிபதிகளையும் எதிர்த்திருக்க வேண்டும் என்று தோன்றுகிறது. நவீனச் சிந்தனையாளர்களும் நவீனக் கல்விப்புல ஆய்வாளர்களும்கூட மடங்களையும் மடாதிபதிகளையும் தீவிர விசாரணைக்கு எடுத்துக்கொள்ளவில்லை. மடங்கள் குறித்து சில நூல்கள், ஆய்வுகள் காணப்படுகின்றன என்றாலும் அவை மடத்தை அசமூக அடிப்படையிலேயே அணுகுகின்றன. சடங்குரீதியாக மட்டுமே வாசிக்கின்றன. மேலும், இந்த மடங்களைப் பார்ப்பனியத்தின் பகுதியாகவோ அல்லது சாதியோடு அவை கொண்டிருக்கும் உறவையோ பெரிதாக யாரும் ஆராயவில்லை. 12-ஆம் நூற்றாண்டில் மட்டும் தமிழ் நிலப்பரப்பில் 174 மடங்கள் இருந்தன என்கிறது கராஷிமா, சுப்பராயுலு, சண்முகம் முன்வைத்திருக்கும் ஆய்வு.[18]

18 பார்க்கவும்: Karashima, Subbarayalu and Shanmugam (2010; 2011)

இவ்வாறு இருக்க நாம் சாதி ஒழுங்குக்கும் மடங்களுக்கும் இடையேயான உறவை இதுவரை ஆராயாமல் இருப்பது விசித்திரமாகவே இருக்கிறது. அதேபோல், தீண்டாமையையும் தீவிர வாசிப்புக்கு உட்படுத்தவில்லை. தீண்டாமையை நடைமுறை சார்ந்தே அணுகுகிறோம். சாதிய வெளிப்பாட்டின், சுத்தம்—அசுத்தத்தின் கொடூர வடிவம் தீண்டாமை என்பதாகப் பார்க்கிறோம். தீண்டாமை குறித்து சருக்கை[19] முன்வைக்கும் தத்துவார்த்தரீதியான வாசிப்பு நமக்குப் பல திறப்புகளைக் கொடுக்கிறது. மடங்களுக்கும் பார்ப்பனர் என்ற கருத்தமைவுக்கும் தீண்டாமைக்கும் இடையேயான உறவை நாம் கணக்கில் எடுத்துக்கொண்டால்தான் சமயம்/சாதி மடங்களைச் சமூகரீதியாக அணுக முடியும். தொகுத்துச் சொல்வதென்றால், ஜாஃப்ரிலா முன்வைப்பதுபோல், ஆர்எஸ்எஸ் ஒரு சமயமாகச் செயல்படுவதோடு மட்டுமல்லாமல் அதுவே ஒரு மடமாகவும் செயல்படுகிறது. அடுத்த பகுதிகளில் நான் ஆர்எஸ்எஸ்ஸை ஓர் இந்து மடமாக அர்த்தப்படுத்தி அது நாம்-சுயத்தோடும், நான்-சுயத்தோடும் கொண்டிருக்கும் உறவை விவரிக்க முயல்கிறேன்.

ஆர்எஸ்எஸ்ஸூம் நாம்-சுயமும்

நாம் கோல்வால்கரின் 'பண்ட்ச் ஆஃப் தாட்ஸ்' *(Bunch of Thoughts)* படித்தால், அவர் ஆர்எஸ்எஸ் உறுப்பினர்களோடு மட்டுமே பேசுவதுபோல் தோன்றுகிறது. சமூகப் பிரச்சினைகள் எதுவும் அதில் விவாதிக்கப்படவில்லை. ஜனநாயக விழுமியங்கள், பார்ப்பனரல்லாதாரின், தலித்துகளின், பெண்களின் அரசியல் வெளிப்பாடுகள் எதுவும் அதில் விவாதிக்கப்படவில்லை. இந்த நூல் ஒரு குழுமவாதப் பனுவலாக இருப்பதோடு, இந்தப் பனுவலில் ஆர்எஸ்எஸ் உறுப்பினராக இல்லாதவர்கள் கோல்வால்கர் பார்வைக்கு அப்பாற்பட்டவர்களாக இருக்கிறார்கள். 1939-ல் கோல்வால்கர் எழுதிய 'நாம் அல்லது நம்முடைய தேசியத்தன்மையை வரையறுப்பது' *(We or Our Nationhood defined)* என்ற நூலே, 'அதுவரை இல்லாத பண்பை ஆர்எஸ்எஸ்ஸூக்கு உருவாக்கிக்கொடுத்தது' என்கிறார்

19 Guru and Sarukkai (2014), 'The Phenomenology of Untouchability' என்ற கட்டுரையைப் பார்க்கவும். இதன் தமிழாக்கத்துக்குப் பார்க்கவும்: 'தீண்டாமையின் தோற்றப்பாட்டியல்', கோபால் குரு, சுந்தர் சருக்கை (2020).

ஜாஃப்ரிலா.[20] கோல்வால்கரின் நூல் தலைப்பில் உள்ள ‘நாம்’ என்பதற்கு சாத்தியப்படக்கூடிய சில அர்த்தங்களை முன்வைத்து என் வாதங்களைக் கட்டியமைக்க முயல்கிறேன். கோல்வால்கர் 1939-ல் முன்வைத்த ‘நாம்’ என்ற கருத்து அவரது ‘பண்ட்ச் ஆஃப் தாட்ஸ்’ நூலுக்கும் கொண்டுசெல்லப்பட்டதோடு அல்லாமல், ஆர்எஸ்எஸ்ஸின் மொத்தக் கதையாடலும் அதற்கு நிகராக இருப்பதுபோலவே தோன்றுகிறது.

கோல்வால்கர் முன்வைக்கும் ‘நாம்’ என்ற கருத்து எதைக் குறிக்கிறது என்பது மிகத் தெளிவாக இருக்கிறது. இந்தச் சொல் பொதுவாக இந்து என்று தங்களை அடையாளப்படுத்திக்கொள்கிறவர்களை, குறிப்பாக ஆர்எஸ்எஸ் உறுப்பினர்களைக் குறிக்கிறது. ‘நாம் இந்துக்கள்’ என்று கோல்வால்கர் முன்வைக்கும் கருத்து எவ்வாறு செயலாற்றுகிறது என்பதைப் புரிந்துகொள்வதற்கு, பொதுவாக ‘நாம்’ என்ற கருத்து எவ்வாறு செயலாற்றுகிறது என்பதைப் புரிந்துகொள்ள வேண்டியிருக்கிறது. இரண்டு மனிதர்களுக்கு இடையேயான உறவு இரண்டு நான்-சுயங்களுக்கு இடையேயான உறவாக வெளிப்படுகிறதா அல்லது இரண்டு நாம்-சுயங்களுக்கு இடையேயான உறவாக வெளிப்படுகிறதா? ‘நாம்’ என்ற கருத்து குறித்து முக்கியமான கேள்வியை கோபால் குருவும் சுந்தர் சருக்கையும் எழுப்புகிறார்கள்: ‘ஒருசில போக்குகளை, அனுபவங்களை விவரிப்பதற்குத் தனிமனிதர்கள் ‘நாம்’ என்ற கருத்தாக்கத்தை எவ்வாறு முன்வைக்கிறார்கள்? இந்த அனுபவ விவரிப்புகளில் ‘நாம்’ என்று உபயோகிப்பது ‘நான்’ என்று உபயோகிப்பதற்கு நிகரானதாக இருக்கிறதா?[21] குருவும் சருக்கையும் ‘நாம்’, ‘நான்’ இரண்டுக்கும் இடையேயான உறவு குறித்து விவாதிப்பதோடு மட்டுமல்லாமல், ‘அதிர்ச்சி தரும் முறையில் நாம்-சுயத்துக்கும் நான்-சுயத்துக்கும் இடையே காணப்படும் ஒத்த தன்மை’ குறித்தும் விவாதிக்கிறார்கள். ‘நான்-அனுபவம்’ [என்னுடைய அனுபவம்] இருப்பதுபோலவே ‘நாம்-அனுபவம்’ [நம்முடைய அனுபவம்] என்ற ஒன்றும் இருக்கிறது என்று வாதிடுகிறார்கள். நாம்-சுயம் கொண்டிருக்கும் நாம்-அனுபவம் என்பது குறிப்பிட்ட குழுமத்துக்கு மட்டுமே ஆனது என்கிறார்கள். சுருக்கமாகச் சொல்வதென்றால், ‘சில வகையான திரட்சிகள் (aggregations) ‘நாம்’ என்ற உணர்வை உருவாக்குகின்றன. மேலும், இந்தத் தொகுப்பு ‘நாம்’ என்பதை அனுபவிப்பதன் ஊடாக

20 *Jaffrelot (2020: 69).*
21 *Guru and Sarukkai (2019: 109)*

நினைவுகளை, அடையாளத்தை, அதைச் சுற்றிய கதையாடல்களைப் பெற்றுக்கொள்ளத் தொடங்குகின்றன்'.[22] இங்கு நாம்-சுயம் என்பது பல நான்-சுயங்களின் கூட்டுத்தொகை அல்ல. அப்படியென்றால் நாம்-சுயத்துக்கும் நான்-சுயத்துக்கும் இடையேயான உறவு என்ன? ஒன்று மற்றொன்றில் கரைந்துபோகக்கூடியதாக இருக்கிறதா? அல்லது ஒன்று மற்றொன்றிலிருந்து சுதந்திரமாக இயங்கக்கூடியதாக இருக்கிறதா? மிக முக்கியமாக, எத்தகைய வேறுபாடுகளையும் கொண்டிராத மூலாதாரமான 'நாம்' என்ற ஒன்று சாத்தியமானதுதானா? பல 'நாம்'களை உள்ளடக்கி ஒற்றைத்தன்மையிலான, இன்னும் மேலான 'நாம்' என்ற ஒன்றை நம்மால் உருவாக்க முடியுமா? அல்லது ஒரு 'நாம்' அதற்குள்ளாகக் கொண்டிருக்கும் வேறுபாடுகளை நாம் அங்கீகரிக்க வேண்டியிருக்கிறதா? நாம்-சுயத்தின் ஊடாகவே ஒரு எழுவாய் நான்-சுயத்தைக் கட்டமைத்துக்கொள்ள வேண்டியுள்ளது. நாம்-சுயத்திலிருந்து முற்றிலுமாகத் துண்டிக்கப்பட்ட நான்-சுயம் என்பது சாத்தியமில்லை. மேலும், நாம்-சுயம் என்பது அதன் உள்ளார்ந்த பண்பில் எல்லைகளைக் கொண்டிருக்கிறது.

'நாம்' என்ற கருத்து அடிப்படையில் உள்ளிணைத்துக்கொள்ளக்கூடிய தன்மையைக் கொண்டிருக்கிறது. எடுத்துக்காட்டாக, நாம் தொழிலாளி வர்க்கத்தைச் சேர்ந்தவர்கள் என்று சொல்லும்போது அது பல்வேறு நிலையில் இருக்கும் தொழிலாளிகளை உள்ளிணைத்துக்கொள்கிறது. நடைமுறைரீதியான வேறுபாடுகளைக் களைந்து 'நாம் தொழிலாளி' என்ற தனித்த கதையாடலை அது உருவாக்குகிறது. இந்த 'நாம்' என்பதில் உள்ள தொழிலாளி, ஸ்தூலமான தொழிலாளி கொண்டிருப்பதைவிட கூடுதலாக எதையோ கொண்டிருக்கிறது. ஆனால், பன்முகத்தன்மை கொண்டிருக்கும் 'நாம்' வேறுபாடுகள் ஏதுமற்றதாகவோ அல்லது எல்லைகள் ஏதும் கொண்டிராததாகவோ நிலைத்திருக்க முடியுமா? 'நாம்' என்ற சொல்லின் உபயோகமே அதன் உள்ளார்ந்த பண்பில் ஓர் எல்லைக்கு உட்பட்டதாகவே இருக்கிறது. 'நாம் தொழிலாளிகள்' என்பது நிச்சயம் அதற்குள்ளாக வேறுபாடுகளைக் கொண்டிருக்கிறது. எடுத்துக்காட்டாகச் சொல்வதென்றால், ஒரு தொழிற்சாலையில் பணிபுரியும் நிரந்தரத் தொழிலாளிகளும் தற்காலிக ஒப்பந்தத் தொழிலாளிகளும் 'நாம் தொழிலாளிகள்' என்பதற்குள் வருகிறார்கள் என்றாலும், இவர்களுக்கு இடையேயான படிநிலையை 'நாம் தொழிலாளி' என்பதற்குள் மறுதலிக்க வேண்டியுள்ளது. இதன் விளைவாக,

22 *Ibid.*, *p.* 113.

தொழிலாளர்கள் பிரச்சினையை எதிர்கொள்ளும்போது நிரந்தரத் தொழிலாளிகளின் கோரிக்கைகளுக்கு முக்கியத்துவம் கொடுத்து ஒப்பந்தத் தொழிலாளிகளின் பிரச்சினைகளை நிராகரிக்கவில்லை என்றாலும், பின்னுக்குத் தள்ளும்போது 'நாம் தொழிலாளி' என்ற கருத்தமைவு பிரச்சினைக்குள்ளாகிறது. நம் குடும்பம் சார்ந்த 'நாம்'கூட வேறுபாடுகளைக் கொண்டிருப்பதாகிறது. குறைந்தபட்சமாக, ஆண்/பெண் என்ற பாலினரீதியான வேறுபாட்டைக் கொண்டிருக்கிறது. குடும்ப உறுப்பினர்கள், அதாவது தாய், தந்தை, மகன், மகள் ஆகியவர்கள் குடும்பம் என்ற கருத்தமைவோடு கொண்டிருக்கும் உறவே குடும்பம் சார்ந்த 'நாம்'-ஐ நிலைநிறுத்துகிறது. ஒரு தாய் அல்லது மகள் பாலின உரிமையை முன்வைக்கும்போது, குடும்பம் என்ற கருத்தாக்கம் மறுவரையறைக்கு உள்ளாகிறது. இங்கு 'நாம்' என்பதன் அடிப்படைப் பண்பு பெரும் மாற்றத்துக்கு உள்ளாகிறது.

இத்தகைய புரிதல் அடிப்படையில், கோல்வால்கர் முன்வைக்கும் 'நாம்'க்கும் இந்திய அரசமைப்பின் 'நாம்'க்கும் இடையேயான வேறுபாட்டை எடுத்துக்கொள்வோம். இந்திய அரசமைப்பில் காணப்படும் 'நாம்' இந்தியக் குடிநபரைக் குறிக்கிறது. அதாவது குறைந்தபட்சம், இந்தியாவில் பிறந்தவர்கள் அரசமைப்பில் காணப்படும் 'நாம்' என்பதன் பகுதியாக இருக்கிறார்கள். ஆனால், சமீபத்தில் கொண்டுவரப்பட்ட 'சிஏஏ' சட்டமும், பாஜக அரசு நடைமுறைப்படுத்த முனையும் 'என்பிஆர்', 'என்ஆர்சி'யும் இந்தியக் குடிநபர் என்பதற்கான அடிப்படையை மறுவரையறுக்க முயல்கிறது. இந்த மறுவரையறையின் விளைவாக அரசமைப்பில் உள்ள 'நாம்'மும் மறுவரையறைக்கு உள்ளாகிறது. ஆக, 'நாம்' என்ற கருத்தாக்கம் உள்ளிணைத்துக்கொள்ளக்கூடிய பன்முகத்தன்மையைக் கொண்டிருக்கும் அதேவேளையில் அதன் உள்ளார்ந்த பண்பில் எல்லைகளைக் கொண்டிருப்பதாகவும் இருக்கிறது. பார்ப்பனியத்தின் பகுதியாக இருக்கும் சாதியரீதியான 'நாம்'களும் சமயரீதியான 'நாம்'களும் அவற்றின் உள்ளார்ந்த பண்பில் எல்லைகளைக் கொண்டிருக்கின்றன. ஆக, 'நாம்' என்பதன் எல்லையை நாம் கருத்தாக்கரீதியாக மறுவரையறைக்கு உட்படுத்த முடியும் அல்லது மாற்றியமைக்க முடியும். மேலும், 'நாம்' என்பது வேறுபாடுகள் அற்றதாக இருக்க முடியாது. ''நாம்' குறித்தான விஷயங்கள் அறிவறிதலைவிட தார்மீகம், அரசியல் சார்ந்த பிரச்சினைகளைக் கொண்டிருக்கும் ஒன்றாகிறது. இதனால்தான், 'நாம்' என்பது 'நான்' என்பதற்கு எதிரானதாக இருப்பதோடு அல்லாமல் 'அவர்கள்' என்பதற்கும் எதிரானதாக இருக்கிறது' என்கிறார் சாட்டர்ஜி.

மேலும், 'நாம் முறையாக மூலாதாரமான 'நாம்' குறித்துப் பேச முடியுமா என்ற கேள்வி நம்மைத் தொடர்ந்து ஆட்டிப்படைத்துக் கொண்டிருக்கிறது' என்றும் சொல்கிறார்.[23]

வேறுபாடுகள் ஏதுமற்ற மூலாதாரமான 'நாம்' பிரச்சினையை, சற்றே ஒதுக்கிவைத்துவிட்டுப் பார்த்தாலும் 'நாம்' என்பதன் வடிவம் என்ன? 'சமூகத்துவத்தின் (நாம்-சுயம்) திரளுருவம் பௌதிகரீதியானது அல்ல. அது செயல்பாட்டின் ஊடான திரளுருவம்' என்கிறார்கள் குருவும் சருக்கையும்.[24] செயல்பாட்டின் ஊடாகத் திரளுருவம் பெறும் நாம்-சுயம் பல நான்-சுயங்களின் தொகுப்பு அல்ல. இங்கு இரண்டு விதமான கேள்விகள் எழுகின்றன. ஒன்று, 'நாம்' என்பதன் பகுதியாக இருக்கும் வேறுபட்ட அந்தப் பகுதிகளுக்கும், 'நாம்' என்ற முழுமைக்கும் இடையேயான உறவு என்ன? இந்த உறவு ஒரு எழுவாய் மற்றொரு எழுவாயோடு கொள்ளும் உறவுமுறையைச் சார்ந்திருக்கிறதா அல்லது பயனிலையோடு ஒரு எழுவாய் கொள்ளும் உறவுமுறையைச் சார்ந்திருக்கிறதா? இரண்டாவதாக, ஒருவிதமான நாம்-சுயம் வேறுவிதமான நாம்-சுயத்தோடு கொள்ளும் உறவின் பண்பு என்ன? இதுவும் இரண்டு சாத்தியப்பாடுகளைக் கொண்டிருக்கிறது. இரண்டு விதமான நாம்-சுயம் இரண்டு எழுவாய்களுக்கு இடையேயான உறவையும் கொண்டிருக்கலாம், ஒரு எழுவாய்க்கும் பயனிலைக்குமான உறவின் பண்பையும் கொண்டிருக்கலாம். கோல்வால்கரும் காந்தியும் இவ்விரண்டு சாத்தியப்பாடுகளுக்கான மிகச் சிறந்த இரண்டு உதாரணமாகிறார்கள்.

நான்-சுயம்போலவே நாம்-சுயம்கூட தோற்றவெளிரீதியானதுதான். இவை வரலாற்றுரீதியாகவோ பண்பாட்டுரீதியாகவோ சமூகரீதியாகவோ அல்லது மீபௌதிகரீதியாகவோ உருவாக்கப்பட வேண்டியதாக இருக்கிறது. மொத்த மானுடத்தையும் 'நாம்' என்பதற்குள் அடக்க முடியாத போதாமையைக் கணக்கில் எடுத்துக்கொள்ள வேண்டியுள்ளது. இந்த அடிப்படையில், கோல்வால்கர் இந்து மக்களை 'விராட் புருஷா', அதாவது சர்வவல்லமை படைத்தவனின் வெளிப்பாடு என்பதாக வேறுபடுத்துகிறார்.[25] கோல்வால்கரின் 'நாம்' விராட் புருஷாவோடு மட்டுப்படுத்தப்பட்டதாக இருக்கிறது. இந்த 'நாம்' என்பதற்கான வடிவத்தை கோல்வால்கர் புருஷ சுக்தாவிலிருந்து எடுத்துக்கொள்கிறார். ஆர்எஸ்எஸ் பத்திரிகையான 'ஆர்கனைஸ'ரில்

---

23   Chatterjee (2000: 14-15).
24   Guru and Sarukkai (2019: 193).
25   Golwalkar (2019: 36).

(Organiser) வர்ண முறை ஊடாக, 'உடைமைகள் மீதான பிடிப்பைப் பெருமளவு கட்டுப்படுத்த முடியும்' என்கிறார் கோல்வால்கர். அவரே மேலும், 'பிரிவுகளை ஒழுங்கமைப்பது, ஒருவருக்கு எது உகந்ததாக இருக்கிறதோ அதைப் பரம்பரையாக வளர்த்துக்கொண்ட ஆற்றலின் ஊடாகச் சமூகத்தில் மிகச் சிறந்த முறையில் பங்காற்றுவது என்பதைத் தவிர வர்ண முறை வேறொன்றும் இல்லை' என்றும் முன்வைக்கிறார்.[26] 'நாம்' என்பதன் வேறுபட்ட பகுதிகள் புருஷ சுக்தாவில் முன்வைக்கப்பட்டிருப்பதுபோல் — வாய், தோள், வயிறு, கால் ஆகியவை ஒரு உடலின் தவிர்க்க முடியாத பகுதிகளாக இருப்பதுபோல் — வர்ண அடிப்படையிலான விராட் புருஷாவின் தவிர்க்க முடியாத பகுதிகளாக கோல்வால்கரால் முன்வைக்கப்படுகிறது. இங்கு 'நாம்-இந்து' என்பது வர்ணத்தை அடிப்படையாகக் கொண்டிருக்கிறது. பௌதிக உடல் சமூக உடலாக வெளிப்பட்டே அதற்கான அர்த்தத்தைப் பெறுகிறது. 'சமூகத்தின் கட்டமைப்பைப் புரிந்துகொள்வதற்குப் பல பண்பாடுகளில் சமூகத்துக்கான மாதிரியாக உடல் முன்வைக்கப்படுகிறது — பெருமளவு விவாதிக்கப்பட்டிருக்கும் சாதிய முறைமை உட்பட' என்கிறார்கள் குருவும் சருக்கையும்.[27] பௌதிக உடலின் பகுதிகள் உடல் என்ற ஒருமையுடன் எவ்வாறு இணைக்கப்பட்டிருக்கிறதோ, அதற்கு நிகரான அளவில் அவற்றுக்கென சுதந்திரமான இருப்பையும் கொண்டிருக்கின்றன. உடல் உறுப்புகளின் வலியை உறுப்புத் தளத்தில் உணர்கிறோமே தவிர உடல் என்ற ஒருமையுடன் உணர்வதில்லை. மேலும், நான்-சுயத்தின் திரளுருவாக மட்டுமே உடல் இல்லை. உடல் அதற்கென்ற சுதந்திரமான இருப்பைக் கொண்டிருக்கிறது. ஆக, உடல் என்ற ஒருமையை முன்வைத்து அதன் பகுதிகளின் சுதந்திரமான இருப்பை, வெளிப்பாட்டை கோல்வால்கர் மறுக்கிறார். விராட் புருஷா என்ற சமூகத்தின் (உடலின்) ஒருமைக்கு முக்கியத்துவம் கொடுப்பது என்பது நாம்-சுயத்தின் அடிப்படையிலானதாக இருக்கிறதே தவிர நான்-சுயத்தின் அடிப்படையிலானதாக இல்லை. சுருக்கமாகச் சொல்வதென்றால், நான்-சுயத்தைக் கரைக்காமல் கோல்வால்கர் முன்வைக்கும் நாம்-இந்து என்பது சாத்தியப்படாது. இங்கு என்-உடல் என்பது முற்றிலுமாக மறுதலிக்கப்படுகிறது. 'என்' என்பது அறிவறிதலோடு தொடர்புடையது. இதை மறுதலிப்பதன் ஊடாகத்தான் கோல்வால்கர் மொத்தச் சமூகத்தையும் 'நான்' என்ற தோற்றவெளிரீதியாக

26 *Golwalkar in Islam (2018: 29).*
27 *Guru and Sarukkai (2019: 117). மேலும் பார்க்கவும்: Douglas (1982: 65).*

அணுகுகிறார். வேறு வார்த்தைகளில் சொல்வதென்றால், ''நான்' 'நீ' போன்றவை நிலைத்திருக்க அவசியமான பண்பாட்டுரீதியான, சமூகரீதியான பரிவர்த்தனை வெளிகளை'²⁸ கோல்வால்கரின் 'நாம்' உருவாக்கிக்கொடுப்பதில்லை. அதாவது, கோல்வால்கரின் 'நாம்' அதற்குள்ளாகக் கொண்டிருக்கும் வேறுபாடுகளை மறுதலிக்க வேண்டியுள்ளது.

மேலும், கோல்வால்கரின் 'நாம்-இந்து' தேசிய அரசோடு இணைக்கப்பட்டதாக இருக்கிறது. பிற மரபான சமயரீதியான 'நாம்'கள் (சைவம், வைணவம், லிங்காயத் அல்லது வீரசைவம் போன்றவை) அரசின் அங்கீகாரத்தைப் பெற்றிருக்கவில்லை. இந்து மரபு என்பதற்குள் வேத மரபும், உபநிடத மரபும், வேதாந்த மரபும், பக்தி மரபும் உள்ளடக்கப்படுகின்றன. இதை இந்துத்துவ அமைப்புகள் மட்டும் செய்யவில்லை. தாராளவாதிகளும் மதச்சார்பின்மைவாதிகளும்கூட இப்படியாகத்தான் இந்து என்பதைப் புரிந்துகொண்டிருக்கிறார்கள். எதன் அடிப்படையில் பல்வேறு சமய மரபுகள் இந்து என்ற கருத்தாக்கத்தின் பகுதியாக உள்ளிணைத்துக்கொள்ளப்படுகிறது? மத்தியக் காலத்தில் தோன்றிய பக்தி மரபு ஏன் இத்தனை சமயங்களைத் தோற்றுவித்தது? இதற்கும் சாதிகளுக்கும் இடையேயான உறவு என்ன? ஏன் பார்ப்பனர்கள் இத்தனை சாதிகளாகப் பிரிந்திருக்கிறார்கள்? ஏன் தீண்டப்படாதவர்கள் என்று வகைப்படுத்தப்பட்டிருப்பவர்கள் மத்தியிலும் பல சாதிகள் காணப்படுகின்றன? வேத, உபநிடதச் சிந்தனைகளாகட்டும், சமண, பௌத்த சமயங்களாகட்டும், பக்தி இயக்கம் தோற்றுவித்த சமயங்களாகட்டும், இவை எல்லாமே பார்ப்பனர் என்ற கருத்தமைவைச் சுற்றியே இயங்குகின்றன. அதாவது, பார்ப்பனர் என்ற கருத்தமைவைப் பலவிதமாக அர்த்தப்படுத்துகின்றன. இதை நாம் மொழியாக்கம் என்று சொல்லலாம். இவ்வாறு மொழியாக்கம் செய்தே ஸ்தூலமான பார்ப்பனர்கள் கோரியதை சமணம், பௌத்தம், பக்தி சமயங்கள் எதிர்த்தன. பார்ப்பனர் என்ற கருத்தமைவைத் தக்கவைத்துக்கொண்டு ஆர்எஸ்எஸ்ஸும் இத்தகைய மொழியாக்கத்தில் ஈடுபட்டுள்ளதாக நம்மால் வாசிக்க முடியும். இவ்வாறான மொழியாக்கத்தில் ஈடுபட்டு சமணமும் பௌத்தமும் துறவறத்தை முன்வைத்தன என்றால், பக்தி மரபு குடும்பஸ்தனை முன்வைத்தது என்றால்,

---

28 *Raghuramaraju* (2000: 3).

ஆர்எஸ்எஸ் தேசியத்தோடு இணைந்த இந்து என்ற கருத்தாக்கத்தை முன்வைக்கிறது.

ஆர்எஸ்எஸ்ஸும் பார்ப்பனர் என்ற கருத்தமைவும்

பார்ப்பனர்கள் குடும்பஸ்தர்களாக வாழ்ந்துகொண்டு, கருத்தியல் தளத்தில் தங்களைக் குடும்பஸ்தர்களுக்கு அப்பாற்பட்டவர்களாக சுயவரையறை செய்துகொண்டு, சூத்திரர்களுக்குக் குடும்பஸ்த வாழ்க்கையை மடைமாற்றிவிட்டார்கள். குடும்பஸ்தர்களாக வாழ்ந்துவந்தாலும் சூத்திரர்களுக்கு லௌகீக வாழ்க்கையை மடைமாற்றிவிட்டே பார்ப்பனர்கள் தங்களுக்கான 'ஆன்மீக' அந்தஸ்தைக் கோரினார்கள். பார்ப்பனர்கள் கோரியதை சமணமும் பௌத்தமும் எதிர்த்தன. அதாவது, பார்ப்பனர்கள் குடும்பஸ்தர்களாக வாழ்ந்துகொண்டே எவ்வாறு ஆன்மீக அந்தஸ்தைக் கோர முடியும் என்று குற்றஞ்சாட்டி, தாங்களே 'உண்மையான பார்ப்பனர்'கள் என்றன. ஆக, பார்ப்பனர்கள் எதிர்கொண்ட சிக்கல் என்னவென்றால், சமணத்தையும் பௌத்தத்தையும் எதிர்கொள்வதற்கு, பார்ப்பனிய உலகப் பார்வையின் மையமாக இருக்கும் சடங்குரீதியான குடும்பஸ்தனை அங்கிருந்து அப்புறப்படுத்தியாக வேண்டும். இதைச் செய்தால் பார்ப்பனர் என்ற கருத்தமைவு சிதைந்துபோகும். செய்யாவிட்டால் சமணமும் பௌத்தமும் முன்வைப்பதைச் சரி என்று ஏற்றுக்கொள்ள வேண்டும். நகர வாழ்க்கைமுறையின் பகுதியாக முன்வைக்கப்பட்ட துறவறச் சிந்தனைகளை ஏற்றுக்கொண்டு பார்ப்பனர்கள் தங்களை மறுவரையறுத்துக்கொள்ள வேண்டியிருந்தது என்கிறார் ஒலிவெல்.[29] இருந்தும், சடங்குகளால் வரையறுக்கப்பட்ட பார்ப்பனர்கள் எவ்வாறு துறவறத்தை அதன் உலகப் பார்வைக்குள் இணைப்பது என்ற சிக்கல் தொடர்ந்துகொண்டே இருந்தது. ஆயிரம் வருடங்களுக்கு மேலாகத் தொடர்ந்த இந்த உரையாடலை முடிவுக்குக் கொண்டுவந்தவர் சங்கரர்தான். அவர் 'உன்னதப் பார்ப்பனர்' என்ற கருத்தமைவை ஒரு குறிப்பிட்ட முறையில் வரையறுத்தார். சங்கரரைப் பொறுத்தமட்டில் 'உன்னதப் பார்ப்பனர்' என்பவர் வர்ண முறைக்கு, ஆஸ்ரம முறைக்கு, தர்மத்துக்கு அப்பாற்பட்டவராகிறார். அதாவது, வர்ணத்துக்கு உட்பட்டோ, ஆஸ்ரம முறைக்கு உட்பட்டோ, தர்மத்துக்கு உட்பட்டோ வாழ்பவர்

---

29 Olivelle (2011); தொகுப்பாகத் தெரிந்துகொள்வதற்குப் பார்க்கவும்: Ramanujam (2020).

'உன்னதப் பார்ப்பன'ராக முடியாது. சங்கரரைப் பொறுத்தமட்டில் பரமஹம்ச சந்நியாசியே 'உன்னதப் பார்ப்பன'ராவதோடு இவர் வர்ணாஸ்ரம தர்மத்துக்கு அப்பாற்பட்டவராகிறார்.[30] மேலும் மிக முக்கியமாக, 'உன்னதப் பார்ப்பனர்' புற வெளிப்பாடுகள் ஏதும் அற்றவராக (பூணல், உச்சிக்குடுமி), சடங்குகளுக்கு அப்பாற்பட்டவராக ஆகிறார். சடங்குரீதியாக வரையறுக்கப்பட்ட பார்ப்பனக் குடும்பஸ்தர் அவரது சடங்குகளைத் துறக்கும்போது சந்நியாசியாகிறார். ஒலிவெல் முன்வைக்கும் இந்த வாசிப்பு மிக முக்கியமானது. சங்கரர் 'உன்னதப் பார்ப்பன'ரை ஒரு குறிப்பிட்ட முறையில் வரையறுத்ததை எதிர்த்துதான் பக்தி இயக்கம் தோன்றியது. தமிழ் நிலப்பரப்பில் ராமானுஜர் மரபும் இத்தகைய எதிர்ப்பு இயக்கமே. சைவ சித்தாந்தமும் ஸ்தூலமான பார்ப்பனர்கள் கோரியதை ஏற்றுக்கொள்ள மறுத்து தீட்சை எடுத்தவரே 'உண்மையான பார்ப்பனர்' என்றும், பார்ப்பனர்களாகத் தங்களை வரையறுத்துக்கொள்கிறவர்கள் உண்மையில் சூத்திரர்களே என்றும் முன்வைத்தது.[31]

சங்கரரின் அத்வைத மரபை ஆர்எஸ்எஸ் தன்வயப்படுத்திக் கொண்டுள்ளது. அதாவது, சங்கரருக்குப் பிறகு தோன்றிய பக்தி சமயங்களை — வெளிப்படையாக இல்லாவிட்டாலும் ஆர்எஸ்எஸ் நிராகரிக்க வேண்டியிருக்கிறது. பக்தி சமயங்கள் முன்வைத்ததை ஆர்எஸ்எஸ் ஏற்றுக்கொள்வதுபோல் பாவனை காட்டினாலும் மறைமுகமாக அவற்றை நிராகரிக்காமல் சங்கரரிடம் போக முடியாது. (சங்கரரின் அத்வைதத்தைச் சாதிகளுக்கு எதிராக முன்வைத்தார் நாராயண குரு. இத்தகைய வாசிப்பை ஆர்எஸ்எஸ்ஸால் ஏற்றுக்கொள்ள முடியாது.) பக்தி இயக்கம் முன்வைத்ததைப் பொத்தாம்பொதுவாகத் தன்வயப்படுத்திக்கொள்ள முடியுமே தவிர அதன் உள்ளடக்கத்தோடு தீவிர உரையாடல் எதையும் ஆர்எஸ்எஸ்ஸால் நடத்த முடியாது. அதாவது, இந்து என்ற கருத்தாக்கத்துக்குள் பக்தி இயக்கம் முழுவதையும் கரைத்தாக வேண்டும். ஆனால், அது அவ்வளவு எளிமையான காரியமில்லை. ஏனெனில், மத்தியக் கால பக்தி இயக்கம்

30 இதுகுறித்த விரிவான வாசிப்புக்குப் பார்க்கவும் *Renunciation in Hinduism (Olivelle, 1986,1987) and Samnyasa Upanishads (Olivelle, 1992).*

31 ஸ்தூலமான பார்ப்பனர்கள் கோரியதை எதிர்த்துத் தோன்றிய பல்வேறு சமூக இயக்கங்கள் எவ்வாறு தங்களை 'உண்மையான பார்ப்பனர்'களாக வரையறுத்துக்கொண்டன என்ற வாசிப்புக்குப் பார்க்கவும்: *Ramanujam (2020).*

பல்வேறு சமயங்களைத் தோற்றுவித்ததோடு மட்டுமல்லாமல், பேச்சு மொழியாக இருந்த பல்வேறு இந்திய மொழிகளை இலக்கிய மொழிகளாக மாற்றியதோடு மட்டுமல்லாமல், சிந்தனை மரபில் மையமான இடத்தை ஆக்கிரமித்திருந்த சம்ஸ்கிருதத்தை அங்கிருந்து அப்புறப்படுத்தியதோடு மட்டுமல்லாமல், தீண்டாமை என்ற நடைமுறையைக் கைக்கொண்டே அவற்றைச் சமூகரீதியாக நிலைநிறுத்திக்கொண்டன. நம் சமூகத்தில் நிலைத்திருக்கும் தீண்டாமையை அவ்வளவு எளிதாக ஆர்எஸ்எஸ்ஸால் எதிர்கொள்ள முடியாது. மொத்தத்தில், ஆர்எஸ்எஸ் முன்வைக்கும் 'நாம் இந்து' என்ற கருத்தாக்கம் சமூகத்தில் நிலைத்திருக்கும் பலவித சமயரீதியான வேறுபாடுகளை அப்புறப்படுத்த வேண்டும். ஆர்எஸ்எஸ் ஒற்றைத்தன்மையிலான, வேறுபாடுகள் ஏதுமற்ற 'நாம்'—ஐ உருவாக்க எத்தனிக்கிறது என்றால், இந்திய அரசமைப்பில் உள்ள 'நாம்' சமூகத்தில் உள்ள பல்வேறு சமூகரீதியான 'நாம்'களை அங்கீகரிக்கிறது. அரசமைப்பானது கல்வியிலும், அரசாங்க வேலைகளிலும் இடஒதுக்கீட்டுக் கொள்கையை அங்கீகரிப்பதன் மூலமாகவும், மதச்சார்பின்மை ஊடாகச் சிறுபான்மை மதங்கள் என்று அழைக்கப்படும் இஸ்லாம், கிறிஸ்தவம் போன்றவற்றின் உரிமைகளை அங்கீகரிப்பதன் மூலமாகவும் 'நாம் இந்திய மக்கள்' என்பதற்குள் பல்வேறுபட்ட 'நாம்'களை அங்கீகரிக்கிறது. ஆக, சமூகத்தில் ஒன்றோடொன்று முரண்படும் பல 'நாம்'களை ஏற்றுக்கொள்ள மறுத்துதான், அவற்றின் இருப்பை மறுதலித்துதான் கோல்வால்கரின் 'நாம்' சாத்தியப்படும். சுருக்கமாகச் சொல்வதென்றால், நவீனத்துவத்துக்கு முந்தைய பல சமயரீதியான 'நாம்'களை மட்டுமல்லாமல், நவீனத்துவம் உருவாக்கியிருக்கும் பல சமூகரீதியான, அரசியல்ரீதியான 'நாம்'களையும் ஆர்எஸ்எஸ் மறுதலிக்க வேண்டியுள்ளது. அதனால்தான், ஆர்எஸ்எஸ் கதையாடல்களில் குடும்பஸ்தர்கள், பெண்கள், பார்ப்பனச் சாதிகள், பார்ப்பனரல்லாத–தலித்தல்லாத சாதிகள், தலித் சாதிகள், சிறுபான்மை மதத்தினர், மொழிச் சிறுபான்மையினர்,[32] வைணவர், சைவர், லிங்காயத் அல்லது வீரசைவர் என எதுவுமே கருத்தாக்கரீதியான இருப்பைக் கொண்டிருப்பதில்லை. மொத்தத்தில், ஆர்எஸ்எஸ் ஓர்

32 *பெரும்பான்மை என்று ஒன்றைக் கட்டமைக்காமல் சிறுபான்மை என்று ஒன்றை வரையறுக்க முடியாது. எண்ணிக்கையில் குறைவாக இருப்பது சிறுபான்மை அல்ல. அதுபோலவே எண்ணிக்கையில் கூடுதலாக இருப்பது பெரும்பான்மை அல்ல. சிறுபான்மை, பெரும்பான்மை என்பன கருத்தாக்கங்கள். அது பல சமயங்களில் எண்ணிக்கையை மீறி செயல்படக்கூடிய தன்மை கொண்டது.*

இந்து என்ற தேசிய மடமாக அதை வரையறுத்துக்கொள்கிறது. இந்த மடம் அத்வைத சங்கரரின் மரபைச் சார்ந்தது.

கோல்வால்கரின் வாழ்க்கையில் நடந்த முக்கியமான ஒரு நிகழ்வை ஷாம்சுல் இஸ்லாம் குறிப்பிடுகிறார். அதாவது, கோல்வால்கர் ஆர்எஸ்எஸ்ஸில் சிலகாலம் இருந்த பின், அதை விட்டு வெளியேறி 'துறவறம்' மேற்கொள்கிறார். ஆனால், சிலகாலம் கழித்து அவர் துறவறத்தைத் துறந்து ஆர்எஸ்எஸ்ஸுக்குத் திரும்புகிறார். பார்ப்பனிய மரபில் பார்ப்பனக் குடும்பஸ்தர் ஒருவர் சந்நியாசிப் பார்ப்பனராகிய பின் சமூக வாழ்க்கையோடு எத்தகைய தொடர்பையும் கொண்டிருக்க முடியாது. அதாவது, ஒரு பார்ப்பனக் குடும்பஸ்தர் சந்நியாசி ஆகும்போது அவர் சடங்குகளைத் துறப்பதால் அவர் பிரேதா நிலையை அடைகிறார். இந்த நிலை நிரந்தரமானது. இந்த நிலையில் இருந்தால்தான் ஒரு சந்நியாசியால் எல்லா இருமங்களுக்கும் அப்பால் தன்னை வரையறுத்துக்கொள்ள முடியும். அதாவது ஒரு சந்நியாசிப் பார்ப்பனர், உயிருள்ள மனிதராக இருந்தாலும், சமூகரீதியாகவும் சடங்குரீதியாகவும் பிணமாகக் கருதப்படுகிறார். இவரே 'உன்னதப் பார்ப்பன'ராகிறார். அதனால்தான், ஒரு பார்ப்பனக் குடும்பஸ்தர் சந்நியாசம் ஏற்கும் சடங்கானது ஒருவர் இறந்த பின் செய்யும் சடங்குக்கு நிகரானதாக இருக்கிறது. கோல்வால்கர் பார்ப்பன மரபில் சந்நியாசம் ஏற்றுக்கொண்டாரா, இல்லை வெறுமனே எல்லாவற்றையும் விட்டு வெளியேறினாரா என்று தெரியவில்லை[33] என்றாலும், கோல்வால்கர் ஆர்எஸ்எஸ்ஸுக்குத் திரும்பியதை நாம் எவ்வாறு அர்த்தப்படுத்தப்போகிறோம் என்பது முக்கியமாகிறது. கோல்வால்கர் மீண்டும் சமூக வாழ்க்கைக்குத் திரும்பவில்லை. அவர் இந்து மடத்துக்குத் திரும்புகிறார். அவர் துறவியாகவே தொடர்கிறார். இது மிக முக்கியமான ஒரு நகர்வு. ஆனால், கோல்வால்கரின் இந்த நகர்வு வேறொரு கேள்வியை நம் முன் வைக்கிறது: 'உண்மையான பார்ப்பனர்' ஒருவர் இந்துவாக இருக்க முடியுமா? சங்கரர் வரையறுத்த முறையில் சொல்வதென்றால், 'உண்மையான பார்ப்பனர்' வேறு எது ஒன்றாகவும் இருக்க முடியாது. ஏனெனில், ஒரு 'உண்மையான பார்ப்பனர்' நிரந்தரமாகப் பிரேதா நிலையில் இருப்பவர். மற்றவர்கள் எல்லோரும், அதாவது பார்ப்பனர்களாகத்

33 ராமானுஜர் வெறுமனே எல்லாவற்றையும் விட்டுத் துறவியானார். அவரை வெள்ளை வேட்டித் துறவி என்பார்கள். பார்ப்பனியத்தில் காவித் துறவிகளுக்கும் வெள்ளை வேட்டித் துறவிகளுக்கும் இடையே நீண்ட விவாதங்கள் காணப்படுகின்றன. இருந்தாலும், ராமானுஜர் மரபில் வந்தவர்கள் காவித் துறவிகளானார்கள்.

தங்களை வரையறுத்துக்கொள்கிறவர்கள் உட்பட எல்லோரும் 'உண்மையான பார்ப்பன'ருக்கான குறிப்பான்களாக மட்டுமே இருக்க முடியும்.

பார்ப்பனர் வேறு எது ஒன்றாகவும் இருக்க முடியாது என்று பண்டிட் ராணி நரசிம்ம சாஸ்திரி தீர்மானமாகச் சொல்கிறார். இவர் மரபான வேதாந்த அறிஞர். இவர் சம்ஸ்கிருதத்தில் தர்க்கம், இலக்கணம், மீமாம்சம், அலங்காரம் போன்ற துறைகளில் நிபுணத்துவம் பெற்றவர். மகாமகோபாத்தியாயா, மகா தேவ பண்டித் போன்ற பட்டங்களைப் பெற்றவர். இவருக்கு இரண்டு மகன்கள் இருந்தார்கள். இவரது மூத்த மகன் துறவறம் ஏற்று தன் பெயரை தத்வவிதாந்தா சரஸ்வதி சுவாமி என்று மாற்றிக்கொண்டு ஒரு குழுமத்தை உருவாக்கிக்கொள்கிறார். இரண்டாவது மகன் சடங்கு மறுப்பாளராகிறார். தலித் இயக்கங்களோடும் இடதுசாரி இயக்கங்களோடும் இணைந்து செயல்படுகிறார். நரசிம்ம சாஸ்திரி மரணப் படுக்கையில் இருக்கும்போது, அவரது ஈமச் சடங்குகளை இரண்டு மகன்களுமே செய்யக் கூடாது என்று திட்டவட்டமாகச் சொல்கிறார். பார்ப்பனச் சடங்கு மரபில் மகன் ஈமச் சடங்குகள் செய்தால்தான் ஒரு ஆண் அவரது மூதாதையர்களோடு சேர்ந்துகொள்ள முடியும். இந்த நம்பிக்கை மரபில் வந்த சாஸ்திரி இப்படி ஒரு முடிவை ஏன் எடுக்க வேண்டும்? இவரது கதையை நமக்குச் சொல்பவர் அவரது இரண்டாவது மகனான ராணி சிவ சங்கர சர்மா. இவர் தெலுங்கில் எழுதிய நூல், டி.வெங்கட ராவால் 'தி லாஸ்ட் பிராமிண்' என்ற தலைப்பில் ஆங்கிலத்தில் மொழிபெயர்க்கப்பட்டது. வெங்கட ராவ் தனது 'மொழிபெயர்ப்பாளரின் முன்னுரை'யில் மிக முக்கியமான ஒரு விஷயத்தை விவாதத்துக்குக் கொண்டுவருகிறார்.

> மகன்கள் ஈமச் சடங்கு செய்யக் கூடாது என்பதற்கான காரணம், முதல் மகன் 'இந்து'வாக மாறிவிட்டான் என்றால் இரண்டாவது மகன் சடங்கு மறுப்பாளன் ஆகிவிட்டான் என்பதாகும். சடங்கு மறுப்பாள மகன் சம்பிரதாயப் பழக்கவழக்கங்களோடும் சடங்குகளோடும் தன்னை ஈடுபடுத்திக்கொள்ளாததால், அவர் இயற்கையாகவே ஈமச் சடங்குகளில் தன்னை ஈடுபடுத்திக்கொள்ள முடியாது என்றாகிறது. ஆனால், இந்துவான மகனிடம் என்ன பிரச்சினை இருக்கிறது? ஒரு பார்ப்பனர் இந்துவாக முடியாது என்று தீர்மானமாகச் சொல்கிறார் பண்டிட். சொல்லப்போனால், வேத மரபில் ஆகட்டும், வைதீகப் பாரம்பரியமாகட்டும் அதில் எதிலுமே 'இந்து' என்ற சொல்லுக்கான இடம்

> கிடையாது. பார்ப்பனர்களெல்லாம் மதத்துக்கு வெளியே சுதந்திரமானவர்களாக இருப்பவர்கள் என்கிறார் பண்டிட். இந்த நூல் 'இந்து', 'இந்து மதம்' போன்ற கருத்தாக்கங்களைப் பிரச்சினைக்குரியதாக்குகிறது.[34]

அத்வைதப் பார்ப்பனரான தன்னுடைய தந்தை, 'உண்மையான பார்ப்பன'ராக வாழ்ந்துவந்தார் என்று சர்மா நம்புகிறார்.[35] நானும் நரசிம்ம சாஸ்திரியினுடைய நிலைப்பாட்டோடு ஒத்துப்போகிறேன். 'உண்மையான பார்ப்பனர்' வேறு எது ஒன்றாகவும் இருக்க முடியாது. ஓர் 'உண்மையான பார்ப்பனர்' சைவராக இருக்க முடியாது; வைணவராக இருக்க முடியாது. 'உண்மையான பார்ப்பன'ருக்குக் கடவுள்கள் கிடையாது; மதம் கிடையாது; தர்மம்–அதர்மம் கிடையாது — எல்லாவற்றுக்கும் அப்பாற்பட்டவர். ஓர் 'உண்மையான பார்ப்பனர்' இந்துவாகவும் மாற முடியாது. ஒரு சைவர் அல்லது வைணவர் அல்லது இந்து என்பவர் 'உண்மையான பார்ப்பன'ரைக் குறிக்கும் குறிப்பான்களாக மட்டுமே இருக்க முடியும். நாம் இங்கு ஒரு கேள்வியைக் கேட்டுக்கொள்ள முடியும்: 'உண்மையான பார்ப்பனர்' சமூக வாழ்க்கையில் பங்கெடுத்துக்கொள்ள முடியுமா? நாம் வைணவப் பார்ப்பனர் என்ற சேர்க்கையை எடுத்துக்கொள்வோம். பார்ப்பனர் என்ற கருத்தமைவானது பிரேத நிலையைக் குறிக்கிறது என்று பார்த்தோம். அப்படியென்றால் ஒரு பார்ப்பனராக எவ்வாறு இந்தச் சமூகத்தில் வாழ முடியும்? எவ்வாறு சடங்குகள் செய்யும் குடும்பஸ்தராக இருக்க முடியும்? ஆக, வைணவப் பார்ப்பனர் என்பவர் இரண்டு உருப்படிகளை அவருக்குள் கொண்டிருக்கிறார். அதாவது, பார்ப்பனர் என்ற கருத்தமைவுக்கான குறிப்பானாக இருக்கிறார். அதே உடலைக் கொண்டு ஒரு வைணவராகக் குடும்பஸ்தர் வாழ்க்கையை வாழ்கிறார். இவ்விரண்டு நிலைகளும் ஒன்றோடொன்று முரண்பட்டு நிற்கும் நிலைகளாகும். ஒரு பௌதிக

34 *Venkata Rao in Sarma (2012: 9).*

35 *இங்கு மிக சுவாரஸ்யமான விஷயம் ஒன்றை சர்மா பகிர்ந்துகொள்கிறார். ஒருமுறை சர்மாவும் அவரது தாயும் அம்மன் கோயில் திருவிழாவுக்குச் சென்று வீடு திரும்புகிறார்கள். அம்மன் திருவிழாவுக்குப் போய்வந்ததற்காக சர்மாவை நரசிம்ம சாஸ்திரி கடிந்துகொள்கிறார். ஆனால், அவரது மனைவியை ஏன் அம்மன் திருவிழாவுக்குச் சென்றாய் என்று கேட்கவில்லை. பார்ப்பனியத்தில் ஒரு ஆண் மட்டுமே பார்ப்பனராக முடியும். பார்ப்பனப் பெண் என்று எதுவும் கிடையாது. பார்ப்பனக் குடும்பத்தில் பிறந்திருந்தாலும், ஒரு பெண் சூத்திரராகவே கருதப்படுகிறார் என்கிறார் சர்மா.*

உடலுக்குள் இரண்டு கருத்தமைவுகள், அதுவும் ஒன்றோடொன்று முரண்படும் நிலைகளைக் கொண்டிருக்கும் பிரச்சினையை இன்றுவரை பார்ப்பனியத்தால் தீர்க்க முடியவில்லை. இந்தச் சிக்கலை நாம் கணக்கில் எடுத்துக்கொள்ள வேண்டும். ராஜீவ் பார்கவாவும், சூரஜ் ஏங்டேவும் இதைக் கணக்கில் எடுத்துக்கொள்ளத் தவறுகிறார்கள். அரசமைப்புக்கு உட்பட்ட சமூகம் என்ற லட்சியத்தில், நடைமுறையில் பார்ப்பனர்களின் பங்கு என்னவாக இருக்க முடியும் என்று ராஜீவ் பார்கவா, 'தி இந்து' நாளிதழில் எழுதிய 'பார்ப்பனியத்தை எதிர்ப்பது என்றால் என்ன?' என்ற கேள்வியைத் தலைப்பாகக் கொண்டிருக்கும் பத்தியில் விவாதிக்கிறார்.[36] இந்திய அரசமைப்பை ஏற்றுக்கொள்ளும் எவரும் பார்ப்பனியத்துக்கு எதிரானவர்கள் என்கிறார் பார்கவா. 'பார்ப்பனியம் என்பது சமூக அரசியல் கோட்பாடு. இந்தக் கோட்பாட்டில் பார்ப்பனர்கள் மேலான இடத்தைக் கொண்டிருக்கிறார்கள்' என்பதோடு பார்ப்பனியத்துக்கு எதிரான நிலைப்பாடு என்பது பார்ப்பனர்களுக்கு எதிரானதல்ல என்று நமக்கு மிகவும் பழக்கப்பட்ட விளக்கத்தை பார்கவா கொடுக்கிறார். அதாவது, நவீன அரசமைப்பை ஏற்றுக்கொள்கிறவர்கள், அவர்கள் பார்ப்பனர்களாகவே இருந்தாலும் பார்ப்பனியத்துக்கு எதிரானவர்கள் என்று முன்வைக்கிறார். அரசியல்ரீதியாகவும் நடைமுறைரீதியாகவும் பார்கவா முன்வைப்பது ஏற்றுக்கொள்ளக்கூடிய நிலைப்பாடுதான். ஆனால், கருத்தாக்கத் தளத்தில் சில கேள்விகளை நாம் எதிர்கொள்ள வேண்டியுள்ளது. அரசமைப்பு மீது நம்பிக்கை கொண்டிருக்கும் பார்ப்பனர் என்னவாக மாறுகிறார்? பண்பாட்டுரீதியாக அவர் தன்னை எங்கு பொறுத்திக்கொள்ள முடியும்? அல்லது இந்தக் கேள்வியை வேறு விதமாகக் கேட்பதென்றால், ஒரு பார்ப்பனர் ஒரே சமயத்தில் பார்ப்பனராகவும், அரசமைப்பை ஏற்றுக்கொள்பவராகவும் இருக்க முடியுமா? ஒரு வைணவராக இருந்து, ஒரு சைவராக இருந்து, ஏன் ஒரு இந்துவாக இருந்தும்கூட ஒருவர் அரசமைப்பை ஏற்றுக்கொள்ள முடியும். ஆனால், ஓர் அத்வைதி பார்ப்பனராக இருந்து அரசமைப்பை ஏற்றுக்கொள்ள முடியாது. பண்டிட் ராணி நரசிம்ம சாஸ்திரிக்கு அரசமைப்பு ஒரு பொருட்டாக இருந்திருக்க முடியாது என்பது என் அனுமானம். 'இஸ்லாம், கிறிஸ்தவ மதங்களுக்கு மாறிய பார்ப்பனர்கள் தங்களது சமூக அரசியல் கோட்பாட்டைத் தக்கவைத்துக்கொண்டார்கள்' என்கிறார் பார்கவா. அதாவது இஸ்லாம், கிறிஸ்தவம் போன்ற உலகப் பார்வையைத் தழுவிக்கொண்ட பார்ப்பனர்கள் அவர்களது சமூக, அரசியல்

---

36 Bhargava (2019).

கோட்பாடான பார்ப்பனியத்தைத் தக்கவைத்துக்கொண்டார்கள் என்கிறார். இஸ்லாம், கிறிஸ்தவம் ஆகியவற்றை நாம் தனித்த உலகப் பார்வைகளாக எடுத்துக்கொண்டால், இதற்கு நிகராகப் பார்ப்பனியத்தை மற்றொரு உலகப் பார்வையாக எடுத்துக்கொண்டால், ஒரு பார்ப்பனர், பார்ப்பனியம் என்ற சமூக அரசியல் உலகப் பார்வையை நிராகரித்து இஸ்லாம், கிறிஸ்தவம் போன்ற உலகப் பார்வைகளில் ஒன்றை ஏற்றுக்கொள்கிறார் என்றால் எவ்வாறு அவர் இரண்டு உலகப் பார்வைகளிலும் தன்னைப் பொறுத்திக்கொள்ள முடியும்? பார்ப்பனியக் கோட்பாட்டை நிராகரித்துதான் பார்ப்பனர்கள் வேறொரு உலகப் பார்வையை ஏற்றுக்கொள்கிறார்கள். அப்படியிருக்க அவர்கள் நிராகரிக்கும் உலகப் பார்வையை அவர்கள் ஏன் தக்கவைத்துக்கொள்ள வேண்டும்? தக்கவைத்துக்கொள்கிறார்கள் என்றால் நாம் அதை எவ்வாறு புரிந்துகொள்வது? அதுபோலவே, அரசமைப்பை ஏற்றுக்கொள்கிறவர்கள் அவர்கள் பார்ப்பனர்களாகவே இருந்தாலும் பார்ப்பனியத்துக்கு எதிரானவர்கள் என்று பார்கவா முன்வைக்கும் கூற்றை இணைத்துப்பார்க்க வேண்டியுள்ளது. இஸ்லாம், கிறிஸ்தவம் போன்ற உலகப் பார்வையை ஏற்றுக்கொள்ளும் பார்ப்பனர்கள் தங்களைப் பார்ப்பனர்களாக வரையறுத்துக்கொள்ள முடியாது என்பதுபோலவே, அரசமைப்பை ஏற்றுக்கொள்ளும் பார்ப்பனர்களும் தங்களைப் பார்ப்பனர்களாக வரையறுத்துக்கொள்ள முடியாது. பார்கவா அவரது பத்தியில் பார்ப்பனர்கள் என்று பொதுவாக உபயோகிக்கிறாரே தவிர அதன் பிரத்யேக அர்த்தப்பாட்டுக்குள் அவர் செல்லவில்லை. அவர் குடும்பஸ்தர்களைத்தான் குறிக்கிறார். குடும்பஸ்தர்கள் சைவராகவோ வைணவராகவோதான் வாழ்ந்துகொண்டிருக்கிறார்கள். இத்தகைய குடும்பஸ்தப் பார்ப்பனர் 'உண்மையான பார்ப்பன'ருக்கான குறிப்பானாக இருந்துகொண்டே அரசமைப்பை ஏற்றுக்கொள்ள முடியும். ஆனால், மரபான சமயம்/ சாதி மடாதிபதிகளால் அரசமைப்பை ஏற்றுக்கொள்ள முடியாது.

நாம் சூரஜ் ஏங்டே முன்வைக்கும் பார்வையை எடுத்துக்கொள்வோம். பூலே, அம்பேத்கர் ஆகியோரின் சமூகநீதி, சாதி ஒழிப்பு, பார்ப்பனிய எதிர்ப்பு போன்ற கருத்துகளை ஏற்றுக்கொண்டு பல தனிப்பட்ட பார்ப்பனர்கள் இந்தச் சிந்தனையாளர்களோடு களத்தில் செயல்பட்டதற்கான உதாரணங்களை ஏங்டே முன்வைக்கிறார்.[37] ஏங்டே இவர்களை முற்போக்குப் பார்ப்பனர்கள் என்கிறார். இதற்கு

---

37 Yengde (2019: 259-273).

சாமி சக்ரதார் வாழ்க்கையை எடுத்துக்காட்டாக முன்வைக்கிறார். மஹாராஷ்டிரத்தில் 13-ஆம் நூற்றாண்டில் சாமி சக்ரதார் என்பவர் மஹாஅனுபவா என்ற மார்க்கத்தைத் தோற்றுவிக்கிறார். 'பார்ப்பனிய வாழ்க்கைமுறைகளை நிராகரிப்பவர்கள் எல்லோரையும்விட சுத்தமானவர்கள்' என்கிறார் சக்ரதார். ஒரு பார்ப்பனக் குடும்பத்தில் பிறந்தவரான இவர், பார்ப்பனர்கள் உணவுக்குப் பிச்சை எடுக்க வேண்டும் என்கிறார். நான்கு வர்ண மக்களிடமும் பிச்சை எடுக்க வேண்டும் என்று குறிப்பிட்டுச் சொல்கிறார். அதாவது, சாமி சக்ரதார் தன்னை 'உண்மையான பார்ப்பன'ராக, நான்கு வர்ண மக்களுக்கு அப்பால் தன்னை இருத்திக்கொள்கிறார். இவர் ஸ்தூலமான பார்ப்பனர்களை எதிர்க்கிறாரே தவிர பார்ப்பனர் என்ற கருத்தமைவை அல்ல. இதை நான் 'உண்மையான பார்ப்பனர்' என்ற கருத்தமைவை மொழியாக்கம் செய்வதாக எடுத்துக்கொள்கிறேன். என்னுடைய கேள்வி இதுதான்: ஏன் மஹாஅனுபவா மார்க்கம் தீண்டாமையைக் கடைப்பிடிக்கும் தனித்த சாதிகளைக் கொண்ட ஒரு குழுமமானது? இந்தக் கேள்வியை ஏங்டே கேட்டுக்கொள்ளவில்லை. தமிழகத்தில் தீண்டாமைக்கு எதிராக ராமானுஜர் செயல்பட்டார். ஆனால், அவரது பாரம்பரியத்தில் வந்தவர்களாகச் சொல்லிக்கொள்ளும் வைணவர்கள் ஏன் தீண்டாமையைக் கடைப்பிடிக்கிறார்கள்? அதுவும் அவர்களுக்குள்ளாக இரண்டு சாதிகளாகப் பிரிந்து அவர்களுக்கு இடையே ஏன் 'தீண்டாமைச் சுவற்றை' எழுப்பிக்கொண்டார்கள். பார்கவாவின் கூற்றை நான் எதிர்கொண்ட தளத்திலிருந்து ஏங்டேவின் 'முற்போக்குப் பார்ப்பனர்கள்' என்ற கருத்தை எதிர்கொள்ள விரும்புகிறேன். பூலே, அம்பேத்கரை ஏற்றுக்கொண்ட பார்ப்பனர்கள் என்ன ஆனார்கள்? அம்பேத்கரியர்கள் ஆனார்களா? அல்லது அம்பேத்கரியப் பார்ப்பனர்கள் என்றானார்களா? அல்லது பார்ப்பனர்களாகவே (முற்போக்காகவே என்றாலும்) இருந்தார்களா? பார்ப்பனரல்லாத சாதிகளில் இருப்பதுபோலவே பார்ப்பனர் சாதிகளிலிருந்தும் தனிநபர்களாகப் பலர் பார்ப்பனியத்தைத் தீவிரமாக விமர்சித்திருக்கிறார்கள். இதற்குப் பல எடுத்துக்காட்டுகளை ஏங்டேவும் முன்வைக்கிறார். பிரச்சினை இதுவல்ல. ஒரு சைவராக இருந்து, ஒரு வைணவராக இருந்து எவ்வாறு அரசமைப்பை ஏற்றுக்கொள்ள முடியுமோ அதுபோலவே ஒரு சைவராகவோ வைணவராகவோ இருந்து மார்க்ஸியத் தத்துவத்தையும் ஏற்றுக்கொள்ள முடியும், பெரியார், அம்பேத்கரின் பார்வைகளையும் ஏற்றுக்கொள்ள முடியும், காந்தியையும் ஏற்றுக்கொள்ள முடியும், முற்போக்காகவும் இருக்க முடியும். ஆனால், பார்ப்பனர் என்ற கருத்தமைவின் திரளுருவாக இருப்பவர்கள் சந்நியாசிகளும் மடாதிபதிகளும்தானே

தவிர சைவராகவோ வைணவராகவோ இருக்கும் குடும்பஸ்தர்கள் அல்ல. ஆக, கோல்வால்கர் ஆர்எஸ்எஸ்ஸுக்குத் திரும்பிய பின் அவர் ஓர் 'இந்து'வாகிறார் — ஒரு சைவப் பார்ப்பனர் சந்நியாசம் ஏற்று எப்படி சைவ சந்நியாசியாகத் தொடர்கிறாரோ, ஒரு வைணவர் எப்படி வைணவ சந்நியாசியாகத் தொடர்கிறாரோ அதற்கு நிகராக கோல்வால்கர் ஓர் இந்து சந்நியாசியாகிறார். சந்நியாசிகளிடமும் மடாதிபதிகளிடமும் தர்மாச்சாரிகளிடமும் நான்-சுயம் என்று எதுவும் சாத்தியமில்லை. ஏனெனில், அதை இழந்துதான் அவர்கள் சந்நியாசியாகிறார்கள், தர்மாச்சாரியாகிறார்கள்.

பார்ப்பனிய மரபில் ஒரு சந்நியாசியானவர் பிரேதா நிலையில் இருப்பதால், சமூகரீதியாகவும் சடங்குரீதியாகவும் இறந்தவராகிவிடுவதால், அத்தகைய பார்ப்பனர் நான்-சுயம் என்று எதையும் கொண்டிருக்க முடியாது. 'கோல்வால்கரைப் பொறுத்தமட்டில் ஒவ்வொரு இந்துவின் மிக உயர்ந்த லட்சியம் 'நான்', 'என்னது' என்பதைத் துறப்பதுதான்' என்கிறார் ஜோதிர்மயா ஷர்மா.[38] மேலும், கோல்வால்கர் முன்வைப்பதுபோல் 'நான்' என்பது இங்கு துறக்கப்படவில்லை என்றும், அது தேசம், சமூகம் ஆகிய நிலைகளுக்குக் கொண்டுசெல்லப்படுகிறது என்றும் ஷர்மா முன்வைக்கிறார். ஆனால், 'நான்' என்பது தேசம், சமூகம் ஆகிய நிலைகளுக்கு உயர்த்தப்படும்போது அது 'நாம்' என்பதாக உருமாறுகிறது. பொதுவாக, அன்றாட வாழ்க்கையோடு 'நாம்' இணைந்திருக்கவில்லை என்றால், நாம் இவ்வுலகம் சார்ந்த வாழ்வனுபவங்களிலிருந்து துண்டிக்கப்படுவதோடு மட்டுமல்லாமல், நம்முடைய அகவயத்தன்மையையும் இழக்கிறோம். கருத்தாக்கத்தின் திரளுருவாக நாம் மாறிவிடுகிறோம். ஆனால், இவ்வுலகில் உயிரோடு இருக்கும் ஒருவர் எவ்வாறு வாழ்வனுபவங்களிலிருந்து தன்னைத் துண்டித்துக்கொள்ள முடியும்? இதைப் புரிந்துகொள்ள அறிவியலாளர் என்ற கருத்தமைவை எடுத்துக்கொள்ளலாம். சருக்கை[39] முன்வைப்பதுபோல், அறிவியலின் மொழியான, குறிப்பாக இயற்பியலின் மொழியான கணிதவியலில் 'நான்', 'என்னுடைய' என்று ஏதும் சாத்தியப்படுவதில்லை. அதனாலேயே கணிதவியல் மொழி குறிப்பிட்ட கால-வெளிக்கு உட்பட்டதாக இல்லாமல் உலகளாவியதாகவும் எக்காலத்துக்கானதாகவும் அதை நிலைநிறுத்திக்கொள்ள முடிகிறது. ஆனால், ஓர் அறிவியலாளர்

---

38 Sharma (2019: 3).
39 Sarukkai (2002).

ஒரு தந்தையாக, தாயாக, மகனாக அல்லது மகளாக கால-வெளிக்கு உட்பட்டவராகவும் இருக்க வேண்டியுள்ளது. ஆக, ஒரே உடல்தான் கணித மொழியை உபயோகிக்கும் அறிவியலாளரையும், கால-வெளிக்கு உட்பட்ட இயற்கை மொழியை உபயோகிப்பவரையும் கொண்டிருக்கிறது. அதாவது, ஒருவர் அறிவியல் செய்யும்போது மட்டும்தான் அறிவியலாளராக இருக்கிறார். பிற சமயங்களில் அந்த அறிவியலாளர் இயற்கை மொழியை உபயோகிக்கும் மானுடராகத்தான் இருக்கிறார். ஆனால், ஒரு சந்நியாசி 'சந்நியாசம் செய்யும்'போது மட்டும் சந்நியாசியாக இருப்பதில்லை. நிரந்தரமாக சந்நியாசி நிலையில் இருக்கிறார். ஆக, நிரந்தரமாக சந்நியாசி நிலையில் இருப்பதற்கு ஒருவர் அவரது நான்-சுயத்தை நிரந்தரமாக இழக்க வேண்டியிருக்கிறது. பார்ப்பன மரபுக்குள்ளாகவும் ஒரு சந்நியாசி எல்லா இருமங்களுக்கும் அப்பாற்பட்டவராக வரையறுக்கப்படுவது இதையே வெளிப்படுத்துகிறது. ஆக, குறிப்பிட்ட சமயம்/சாதியைச் சேர்ந்த சந்நியாசிக்கும், அந்த சமயம்/சாதியைச் சேர்ந்த குடும்பஸ்தர்களுக்கும் இடையே காணப்படும் உறவுமுறையே ஆர்எஸ்எஸ் என்ற இந்து மடத்துக்கும், இந்துவாகத் தங்களை பாவித்துக்கொள்பவர்களுக்கும் இடையே காணப்படுகிறது. இங்கு இந்து என்ற கருத்தாக்கம் சைவம்போல், வைணவம்போல் ஒரு தனித்த சமயமாகிறது. இவ்வாறு ஒரு தனித்த சமயமாக இருந்து, அதேசமயத்தில் மத்தியக் காலத்தில் தோன்றிய பல்வேறு சமயங்களையெல்லாம் எவ்வாறு 'நான்-இந்து' என்பதற்குள் உள்ளிணைத்துக்கொள்ள முடியும்? இந்து என்பது இந்திய நிலப்பரப்பில் காணப்படும் பல்வேறு 'நாம்'களில் ஒன்றுதானே தவிர அது எல்லாவற்றையும் வேறுபாடுகளற்று உள்ளிணைத்துக்கொண்டிருக்கும் 'நாம்'-ஆக ஆவதில்லை.

மத்தியக் காலத்தில் தோன்றிய சமயங்கள் குறித்தும், சங்கரர் குறித்தும் கோல்வால்கர் முன்வைப்பதைப் பார்ப்போம்: 'விவசாயிகள், நெசவாளர்கள், சக்கிலியர்கள், தோட்டிகள் மற்றும் இதுபோல் நம் மக்களின் எல்லாப் பிரிவிலிருந்தும் தோன்றிய ஞானிகளை, நாயகர்களை நம்மால் பார்க்க முடியும். இவர்கள் இவர்களுடைய சிந்தனைகள் ஊடாகவும் செயல்கள் ஊடாகவும் பாடல்கள் மற்றும் போதனைகள் ஊடாகவும் எல்லாச் செயற்கையான தடுப்புகளையும் கடந்துவருவதற்கு அனைத்து மக்களுக்கும் ஊக்கம் கொடுத்தார்கள்' என்கிறார்.[40] ''அரை-நிர்வாண' சங்கராச்சாரியார் இந்தியா முழுவதும்

---

40 Golwalkar (2019: 40).

பயணம் மேற்கொண்டு, தனித்த பிரிவாக இருந்த பௌத்தத்தை அழித்து உண்மையான தேசியப் பிரக்ஞையை வளர்த்தெடுத்தார்' என்றும் கோல்வால்கர் முன்வைக்கிறார்.[41] மேலும், 'இஸ்லாமியர்கள் ஆட்சிக் காலத்திலும்கூட சங்கராச்சாரியார் மரபில் பெரும் ஞானிகளும் சந்நியாசிகளும் தோன்றியபடி இருந்தார்கள்' என்றும் 'இந்த மரபில் தோன்றியவர்கள் — சைத்தியர், துளசிதாஸ், சூர்தாஸ், ஞானேஸ்வர், ராமாநந்தா, துக்காராம், ராமானுஜர், மத்வர், நானக் மற்றும் பலர் — ஒரு முனையிலிருந்து மறுமுனை என்று இந்த நிலப்பரப்பு முழுக்க பக்தியால் நிரப்பினார்கள்' என்கிறார்.[42] கோல்வால்கர் இவ்வாறு முன்வைப்பது வரலாற்றுரீதியாக இந்த சமயங்கள் செயல்பட்ட முறையை முற்றிலும் மறுதலிப்பதாக இருக்கிறது. சூரஜ் ஏங்டே கொடுத்த எடுத்துக்காட்டை மீண்டும் எடுத்துக்கொள்வோம். 'பார்ப்பனிய வாழ்க்கைமுறைகளை நிராகரிப்பவர்கள் எல்லோரையும்விட சுத்தமானவர்கள்' என்று சாமி சக்ரதார் சொல்கிறார். நிச்சயமாக, பார்ப்பனியத்தைத் தீவிரமாக விமர்சிக்கிறார். ஆனால், அவர் நான்கு வர்ணங்களுக்கு அப்பால் தன்னை நிறுத்திக்கொண்டு பார்ப்பனியத்தை விமர்சிக்கிறார் என்றாலும், பார்ப்பனர் என்ற கருத்தமைவின் திரளுருவாகிறார். தன்னை மேலான பார்ப்பனராக வரையறுத்துக்கொள்கிறார். அவர் எப்போது மேலான பார்ப்பனராகிறார் என்றால், அவர் தீண்டவியலா ஊனத்தைத் தன்வயப்படுத்திக்கொள்ளும்போதுதான். அதாவது, தீண்டாமை என்ற தொழில்நுட்பத்தைக் கொண்டு அவரது குழுமத்தின் எல்லைகளைத் திடப்படுத்திக்கொள்ளும்போதுதான். மேலும், 'கடவுளிடம் வெளிப்படுத்தும் பக்தியானது எல்லா மனிதர்களுக்கும் பொதுவானது என்றும், அதில் மேல் கீழ் என்று ஏதுமில்லை என்றும் முன்வைத்த ராமானுஜர், பசவண்ணர்' ஆகியோரின் முயற்சிகளை கோல்வால்கர் பாராட்டுகிறார்.[43] ராமானுஜரும் பசவண்ணரும் தீண்டாமையைத் தார்மீகப் பிரச்சினையாக்குகிறார்கள். சங்கரரின் அத்வைதப் பார்வையை, பார்ப்பனர் என்ற கருத்தமைவை சங்கரர் குறிப்பிட்ட முறையில் வரையறுத்ததை ராமானுஜர் ஏற்றுக்கொள்ளவில்லை. பசவண்ணர் இதுபோலவே சங்கரரின் அத்வைதப் பார்வையையும் துவைதத்தையும் இணைத்து, ஸ்தூலமான பார்ப்பனர்கள் கோரிய மேலாண்மையை எதிர்த்து பார்ப்பனர் என்ற கருத்தமைவை மறுவரையறுத்து குடும்பஸ்தர், உழைப்பு

41 *Ibid., pp.70–71.*

42 *Ibid.*

43 *Ibid., p. 103.*

ஆகியவற்றை முதன்மைப்படுத்தினார். ஆனாலும், ராமானுஜர் மற்றும் பசவண்ணரைப் பின்பற்றும் சமூகங்கள் தீண்டாமையைத் தீவிரமாக நடைமுறைப்படுத்துகின்றன. மத்தியக் கால சமயங்கள் எதோடு உரையாடல் நடத்தின, விவாதித்தன என்பதையெல்லாம் கோல்வால்கர் கணக்கில் எடுத்துக்கொள்ளவில்லை. அடுத்து இவர் சொல்வதுதான் மிக முக்கியமானதாகிறது. ‘உலகத்தில் உள்ள எல்லா மக்களும் இந்துஸ்தான் வந்து இந்த நிலப்பரப்பில் ‘முதலில் பிறந்த’ பார்ப்பனர்களின் காலடியில் கிடந்து அவர்களுக்கான கடமைகளைக் கற்றுக்கொள்ள வேண்டும்’ என்று மநு சொல்லியிருப்பதாகச் சொல்கிறார்.[44] இங்கு மிக வெளிப்படையாகப் பார்ப்பனர் என்ற கருத்தமைவை கோல்வால்கர் தூக்கிப்பிடிக்கிறார். இதை நிலைநிறுத்துவதற்காகவே, ஒன்றோடொன்று முரண்பட்டுக் காணப்பட்டாலும் வர்ண முறை, சங்கரரின் முன்வைப்புகள், பக்தி அடிப்படையிலான சமயங்கள் என்று எல்லாவற்றையும், மிக எளிமையாகத் தன்வயப்படுத்திக்கொள்ள கோல்வால்கர் முயல்கிறார். இதில் முரண்நகை என்னவென்றால் சசி தரூர் போன்ற தாராளவாதிகளும், தீவிரமாக மதச்சார்பின்மை பேசுகிறவர்களும்கூட இப்படியாகத்தான் இந்து மதம் குறித்துப் புரிதல் கொண்டிருக்கிறார்கள்.

பல்வேறு சாதிகளின், பல்வேறு சமயங்களின் முன்வைப்புகளை எல்லாம், இவற்றின் சமூகரீதியான, அறரீதியான, இறையியல் ரீதியான வெளிபாட்டையெல்லாம் ஒதுக்கித்தள்ளிவிட்டு அவ்வளவு சுலபமாக இந்து என்ற கருத்தாக்கத்துக்குள் எவ்வாறு இவர்களால் உள்ளிணைத்துக்கொள்ள முடிகிறது? இவ்வாறு உள்ளிணைத்துக்கொள்வதை எது சாத்தியப்படுத்துகிறது? அதேசமயத்தில், இந்த ஒற்றைத்தன்மையிலான ‘நாம் இந்து’ என்பதற்குள் ஏன் இஸ்லாமியர்களையும் கிறிஸ்தவர்களையும் உள்ளிணைத்துக்கொள்ள முடியவில்லை? தோற்றவெளிரீதியான அர்த்தத்தைப் பெறுவதற்கு ‘நாம்’ பொதுவான ஏதோ ஒன்றைக் கொண்டிருக்க வேண்டியிருக்கிறதா? ‘நாம்’ என்பதை வரலாற்றுரீதியாக, பண்பாட்டுரீதியாக, சமூகரீதியாக, அரசியல்ரீதியாக, ஏன் மீபௌதிகரீதியாகவேனும் வளர்த்தெடுக்க வேண்டியுள்ளது. ‘இந்து சமூகம் எல்லாவற்றையும் உள்ளடக்கிய தன்மையில் வளர்ந்துள்ளது. இது நமக்குப் பெரும் குழப்பத்தைத் தரக்கூடிய நிலைகளையும் வடிவங்களையும் கொண்டிருப்பதாகிறது. ஆனாலும், பலவிதமான வெளிப்பாடுகளையும் வெளிப்படுத்தல்களையும் ஒன்றிணைக்கும்

44 Ibid., p. 56.

ஒரு நூல் எப்போதும் காணப்படுகிறது' என்றும், 'இந்து மதத்துக்குள் காணப்படும் பல்வேறு பிரிவுகளையும் சாதிகளையும் நம்மால் விளக்க முடியும் என்றாலும், இந்து என்ற சொல்லை நம்மால் வரையறுக்க முடியாது' என்றும் கோல்வால்கர் சொல்கிறார்.[45] பல்வேறு சாதிகளை, சமயங்களை, உலகப் பார்வைகளை ஒன்றிணைக்கும் அந்த நூல் எது? நான் முன்வைக்க விரும்புவது என்னவென்றால், இந்து என்ற கருத்தாக்கத்துக்குள் எல்லாவற்றையும் ஒன்றிணைப்பதை சாத்தியப்படுத்தும் நூலாக இருப்பது பார்ப்பனர் என்ற கருத்தமைவுதான். நமக்கு அடிப்படையானது பார்ப்பனர் என்ற கருத்தமைவுதானே தவிர கடவுள்களோ இறைத்தூதர்களோ அல்ல.[46]

இதுவரை பார்த்ததைப் பின்னணியாகக் கொண்டு நான் கிறிஸ்தோஃப் ஜாஃப்ரிலாவோடு உரையாட விரும்புகிறேன். ஜாஃப்ரிலா அவரது மிக முக்கியமான கட்டுரையில், ஆர்எஸ்எஸ்ஸை நாம் இந்து தேசிய சமயமாக வாசிக்க முடியும் என்கிறார்.[47] ஆர்எஸ்எஸ்ஸை ஒரு தேசிய சமயமாக வாசிப்பதன் மூலம் சுவாரஸ்யமான வாசிப்புகளுக்கு வழிவகுக்கிறார். 'ஆர்எஸ்எஸ் அதன் சடங்குரீதியான அம்சங்களுக்கு மட்டுமல்லாமல், துறவறத்துக்கும் துறவறத்தின் சமூகப் பண்புக்கும் அழுத்தம் கொடுப்பதால்தான் அது இந்து சமயத்துக்கு நிகரானதாக இருக்கிறது' என்கிறார் ஜாஃப்ரிலா. இப்போதும்கூட 'அதன் முழுநேர ஊழியர்கள் (பிரச்சாரகர்கள்) இந்து சமயத்துக்குப் புத்துயிர் கொடுப்பதற்காகத் தங்களை அர்ப்பணித்துக்கொள்கிறார்கள். இதற்காகவே முழுநேர ஊழியர்கள் அவர்களுடைய தொழிலையெல்லாம் துறந்து, பெரும்பாலும் பிரம்மச்சாரிகளாகவே இருக்கிறார்கள்' என்றும், 'இவர்கள் பெற்றிருக்கும் அறிவைவிட இவர்களுடைய துறவற ஒழுங்குதான், இன்னும் குறிப்பிட்டுச் சொல்வதென்றால், இவர்களுடைய தன்னலமற்ற அர்ப்பணிப்புதான் இவர்களுக்கான அந்தஸ்தை உருவாக்கிக்கொடுக்கிறது' என்றும் முன்வைக்கிறார்.[48] ஜாஃப்ரிலாவின் இந்த அவதானிப்புகள் முக்கியமானவை என்றாலும் அவர் முன்வைப்பதில் உள்ளார்ந்து காணப்படும்

45 Ibid., p. 54; அழுத்தம் என்னுடையது.

46 ஒரே குடும்பத்தில் கணவர் சைவராகவும் மனைவி வைணவராகவும் இருப்பது சாத்தியப்படுகிறது. ஒரு தலித் குடும்பத்திலும்கூட கணவன், மனைவியில் ஒருவர் கிறிஸ்தவராகவும், மற்றொருவர் சைவராகவோ வைணவராகவோ இருக்க முடிகிறது.

47 Jaffrelot (2020).

48 Ibid., pp. 61–62.

அனுமானங்களை நான் விசாரணைக்கு எடுத்துக்கொள்கிறேன். ஆர்எஸ்எஸ்ஸின் துறவறப் பண்பை ஜாஃப்ரிலா சாதகமான முறையில் வாசிக்கிறார். மேலும், துறவறத்தைத் தனிநபர் விடுதலைக்கானதாகப் பார்க்கிறார். (தனிநபர்கள் அவர்கள் அளவில் எல்லாவற்றையும் விட்டுத் துறவு ஏற்பது இன்றும் சாத்தியம் என்றாலும், நாம் விவாதித்துக்கொண்டிருக்கும் விஷயத்தோடு அது தொடர்புடையது அல்ல. பார்ப்பனியத்தில் சங்கரருக்குப் பிறகே துறவறம் நிறுவனப்பட்டதானது என்பதையும் நாம் கவனத்தில்கொள்ள வேண்டியுள்ளது.) ஜாஃப்ரிலாவைப் பொறுத்தமட்டில், 'துறவற விழுமியங்கள் குறித்துப் பேசுபவை நாம் விவாதித்துக்கொண்டிருக்கும் விஷயத்தின் பின்னணியில் அர்த்தமில்லாதவையாக இருக்கின்றன. ஏனெனில், பிரச்சாரகர்கள் அவர்களுடைய விடுதலைக்காகத் துறவறம் எடுக்கவில்லை. அவர்களுடைய தேசத்துக்காகவே துறவறம் எடுக்கிறார்கள். இந்த லட்சியத்தை இவ்வுலக வழிமுறைகளுக்கு உட்பட்டு அடைகிறார்கள்' என்கிறார். மேலும், ட்யூமோவின் (Dumont) வாசிப்பை அடிப்படையாகக் கொண்டு 'இந்து மதத்தில் சந்நியாசக் கூறானது சாதிய உலகத்துக்கு எதிரானது' என்ற முடிவுக்கு ஜாஃப்ரிலா வருகிறார்.[49] இவரது கூற்றுப்படி, இந்தியாவில் தோன்றிய சமயம்/சாதி மடங்கள் எல்லாம் சாதியத்துக்கு எதிரானவையாகின்றன. இந்தப் புரிதலானது மடங்களின் வரலாற்றுரீதியான பங்களிப்புகளுக்கு விரோதமாக இருக்கிறது. பார்ப்பனிய மரபில் நாம் சந்நியாசத்தைத் தனிமனிதர் விடுதலைக்கானது என்றோ, சாதிகளுக்கு எதிரானது என்றோ அர்த்தப்படுத்துவதும், அதன் அடிப்படையில் ஆர்எஸ்எஸ்ஸை அணுகுவதும் நம்மைத் தவறான முடிவுகளுக்குத்தான் கொண்டுவிடும்.

பார்ப்பனியக் கோட்பாட்டில் சந்நியாசம் என்பது மிகச் சிக்கலான விஷயம். அது மறைமுகமாகக் குடும்பஸ்தர்களின் அன்றாட வாழ்க்கையை, உடலை, புலன்களை மிக நுட்பமாக வடிவமைக்கிறது. சாதியத் தன்னிலைகளாக நாம் ஒவ்வொருவரும் தீண்டவியலா ஊனத்தைக் கொண்டிருக்கிறோம். இவ்வாறு இருக்க, சந்நியாசக் கூறானது சாதிய உலகத்துக்கு எதிரானது என்று ட்யூமோ முன்வைப்பது அவ்வளவு சுலபமாக நமக்குப் புலப்படக்கூடியதாக இல்லை. பேட்ரிக் ஒலிவெலின் அற்புதமான வாசிப்புகள் சந்நியாசத்தை வேறு விதமாகப் புரிந்துகொள்ள நமக்கு உதவுகின்றன.[50]

49 *Ibid., p. 63).*
50 *Olivelle (1986; 1987; 1992).*

பார்ப்பனிய மரபில் சடங்கைத் துறந்தவர் சந்நியாசியாகிறார் என்று முன்னர் பார்த்தோம். ஆக, ஒரு குடும்பஸ்தப் பார்ப்பனர் சடங்கைத் துறக்கும்போது பார்ப்பன சந்நியாசியாகிறார். பார்ப்பனர் என்ற கருத்தமைவு ஒரே சமயத்தில் சடங்கு நிலையிலும் சடங்கற்ற நிலையிலும் இருக்க முடியாது. சடங்கு நிலை வர்ணத்துக்கு உட்பட்டதாகவும், ஆஸ்சிரம முறைமைக்கு உட்பட்டதாகவும், தர்மத்துக்கு உட்பட்டதாகவும் இருக்கிறது. ஆக, சடங்கு நிலையைத் தக்கவைத்துக்கொண்டால் குடும்பஸ்தன் நிலையைத் தக்கவைத்துக்கொண்டதாகிறது. பார்ப்பனர் என்ற கருத்தமைவு குடும்பஸ்தர்களோடு மட்டுப்பட்டதாக இருக்கும். சடங்குத் துறப்பை ஏற்றுக்கொண்டால் அது பௌத்தம், சமணம் முன்வைத்த நிலைப்பாட்டை ஏற்றுக்கொள்வதாக இருக்கும். இதில், குடும்பஸ்தப் பார்ப்பனர்கள் துறவிகளைவிட கீழானவர்கள் ஆவார்கள். இந்தச் சிக்கலிலிருந்து விடுபடவே சங்கரர், சடங்கைத் துறந்த பார்ப்பனர் என்னவாகிறார் என்ற கேள்விக்குப் பதில் கண்டெடுக்கும் விதமாக ‘உன்னதப் பார்ப்பனர்’ என்பவர் வர்ணாஸ்சிரம தர்மத்துக்கு அப்பாற்பட்டவர் என்பதாக வரையறுக்கிறார். சங்கரர் ஒரு சந்நியாசியை ‘உன்னதப் பார்ப்பன’ராக வரையறுத்து, மற்ற எல்லோரும் அது பார்ப்பனர்களாக இருந்தாலும் வர்ணாஸ்சிரம தர்மத்துக்கு உட்பட்டவர்கள் என்கிறார். ஆக, பார்ப்பனியத்தில் ‘நான்’ விடுதலைக்காக ஒருவர் சந்நியாசம் எடுப்பதில்லை. இத்தகைய புரிதலை ஜாஃப்ரிலா கொண்டிருக்கவில்லை. சருக்கை முன்வைப்பதன் அடிப்படையில் சொல்வதென்றால், ஸ்தூலமான குடும்பஸ்தப் பார்ப்பனர்கள் சந்நியாசிப் பார்ப்பனர்களுக்குப் பின்துணையாகிறார்கள் (Supplementation). இதன் விளைவாக, குடும்பஸ்தப் பார்ப்பனர்கள் ‘உன்னதத் தீண்டப்படாதவர்’களாக மாறியிருக்க வேண்டும். இதைத் தவிர்க்கும் விதமாகவே அவர்கள் அவர்களுடைய மீபௌதிகப் புலனான தீண்டவியலா என்ற ஊனத்தை யதார்த்தமாக்குவதற்குப் பயனிலைகளை உருவாக்கி தீண்டாமை என்ற நடைமுறையைச் சாத்தியப்படுத்துகிறார்கள்.[51] இதுவே சாதியச் சமூகத்தில் பார்ப்பனர்களின் மேலாண்மையைத் தக்கவைத்துக்கொள்வதற்கான தொழில்நுட்பமாகிறது. ஜாஃப்ரிலாபோலவே ஆண்டர்சனும் டாம்லேவும்கூட சில சிக்கலான முடிவுகளுக்கு வருகிறார்கள். ‘சமூகத்தைப் புத்தாக்கம் செய்ய ஆர்எஸ்எஸ்ஸுக்கு அடிப்படையான கருத்தாக்கங்களை வழங்குவது அத்வைத வேதாந்தமே’ என்கிறார்கள். மேலும்,

51 *Guru and Sarukkai (2014).*

அத்வைத வேதாந்தம் குறித்து சுருக்கமாக விளக்கிவிட்டு, இது ஒருவரைப் பொருளியல் பற்றிலிருந்து எவ்வாறு விடுவிக்கிறது என்றும், தனிப்பட்ட ஆன்மாவைப் பிரம்மத்தோடு எவ்வாறு இணைக்கிறது என்றும் முடிக்கிறார்கள்.[52] இவர்களுடைய வாசிப்பில் பார்ப்பனர் என்ற கருத்தமைவு அதற்கு உகந்த மையமான இடத்தைப் பெறவில்லை. பார்ப்பனர் என்ற கருத்தமைவை நோக்கி நகராமல் நம்மால் பார்ப்பனியத்தில் சந்நியாசி மரபைப் புரிந்துகொள்ள முடியாது; தீண்டாமையை, சாதிகளைப் புரிந்துகொள்ள முடியாது. இந்தப் போதாமை ஜாஃப்ரிலாவின் அணுகுமுறையிலும் ஆண்டர்சன், டாம்லே அணுகுமுறையிலும் தெளிவாக வெளிப்படுகிறது.

மத்தியக் கால சமயங்கள் — அது பார்ப்பனர்களால், பார்ப்பனரல்லாதாரால், தலித்துகளால் முன்னெடுக்கப்பட்டிருந்தாலும் — 'உண்மையான பார்ப்பனர்' என்ற கருத்தமைவை மொழியாக்கம் செய்யும் முயற்சியாக வாசிக்க முடியும். இந்த முயற்சியின் ஊடாகவே பல்வேறு சமயம்/சாதி அடிப்படையிலான 'நாம்'கள் உருவாக்கப்பட்டன. இந்திய அனுபவத்தை அடிப்படையாகக் கொண்டு சொல்வதென்றால், சந்நியாசியின் பண்பு ஜாஃப்ரிலா, ஆண்டர்சனும் டாம்லேவும் முன்வைப்பதுபோல் இல்லை. அதேசமயத்தில், 'இந்து சமயங்களில் தேசத்துக்கான சமூகவியல்ரீதியான மாதிரியை ஆர்எஸ்எஸ் கண்டெடுக்கிறது' என்று சரியாகவே ஜாஃப்ரிலா முன்வைக்கிறார். மேலும், 'சமத்துவவாதத்தை அடிப்படையாகக் கொண்டிருக்கும் ஒன்றுபட்ட தேசத்தைத் துறவறத்தோடு தொடர்புடைய நிறுவனங்களிலிருந்து சமூகரீதியாகக் கட்டமைக்க முடியும் என்பதாகவே ஹெட்கேவாரும் கோல்வால்கரும் நினைத்தார்கள்' என்று முன்வைக்கிறார்.[53] ஆனால், 'இந்து சமூகத்துக்குள்ளாகச் சமத்துவவாத அடிப்படையிலான தனிமனிதவாதத்துக்கு வடிவம் கொடுப்பது சமயப் பிரிவுகளே' என்று ஜாஃப்ரிலா[54] முன்வைக்கும்போது அது பிரச்சினைக்குரிய நிலைப்பாடாகிறது. நாம் ஜாஃப்ரிலா கூற்றை எதிர்கொள்ளும் விதமாக இந்தக் கேள்வியைக் கேட்டுக்கொள்வோம்: எவ்வாறு ஒரு சமயத்துக்குள் பல சாதிகள் காணப்படுகின்றன? எவ்வாறு ஒரு சாதியைச் சேர்ந்தவர்கள் பல சமயங்களைச் சேர்ந்தவர்களாக இருக்கிறார்கள்? ஒரு சமயத்தைச் சேர்ந்த சாதிகள் ஏன் அவற்றுக்கு இடையே தீண்டாமையைக் கடைப்பிடிக்கின்றன? ஏன் ஒரு சமயத்தைச்

---

52 *Anderson and Damle (2020: 26–27).*
53 *Jaffrelot (2020: 63–64)*
54 *Ibid.*

சார்ந்த மடத்தில் சாதிரீதியான படிநிலைகள் காணப்படுகின்றன? ஒரு சமயத்தைச் சார்ந்த மடம் ஏன் சில சாதிகளைச் சேர்ந்தவர்களை மட்டுமே மடாதிபதியாக ஏற்றுக்கொள்கிறது?

'முன்மாதிரியான இந்து சமய நிறுவனங்களை மறுவாசிப்புக்கு உட்படுத்துகிறோம் என்ற போர்வையில் இவர்கள் [ஆர்எஸ்எஸ்] தேசியம் என்ற அந்நியமான மாதிரியைப் பின்பற்றுகிறார்கள்' என்கிறார் ஜாஃப்ரிலா.[55] கோல்வால்கரைப் பொறுத்தமட்டில், நவீன அரசு 'வாழும் கடவுள்' ஆகிறது. இந்து பண்பாட்டை விவரிக்கும்போது கோல்வால்கர் இவ்வாறு சொல்கிறார்: 'நம்மால் இந்து பண்பாட்டை விவரிக்க முடியவில்லை என்றாலும் அதை உணர்கிறோம்' என்று சொல்வதோடு மட்டுமல்லாமல், 'நமக்கு எதிர்வினையாற்றாமல் வெறுமனே கேட்டுக்கொண்டிருக்கும் கடவுளால் என்ன பயன்?' என்றும் கேட்கிறார். மேலும், 'நாம் 'வாழும் கடவுளை' நோக்கிப் போய்கொண்டிருக்கிறோம்' என்கிறார்.[56] கோல்வால்கரின் பார்வையில் மிக முக்கியமான அம்சம் ஒன்று அர்த்தமிழந்துபோகிறது. அதாவது, நம்முடைய அன்றாட வாழ்வனுபவம். நம்முடைய கடவுள்கள் அன்றாடத்தன்மையோடு இணைந்தவர்கள். ஆனால், கோல்வால்கரின் கடவுள் அன்றாடத்தன்மையிலிருந்து துண்டிக்கப்பட்டவர். ஆனால், இதில் ஆச்சரியப்பட ஏதும் இல்லை. ஏனெனில், மனிதர்களின் அன்றாட வாழ்வனுபவம் குடும்பஸ்தர்களுக்கானது. கோல்வால்கர் முன்வைக்கும் 'நாம் இந்து' என்பது அன்றாட வாழ்வனுபவத்துக்கு அப்பாற்பட்டது. கோல்வால்கர் உருவாக்கும் 'நாம்' அன்றாட வாழ்வனுபவத்தை நிராகரிக்கிறது. எடுத்துக்காட்டாக, இந்து சமூகத்தை ஒன்றிணைக்கும் கயிறாக இருப்பது தர்மம் என்கிறார் கோல்வால்கர். இஸ்லாம், கிறிஸ்தவம் ஆகிய மதங்கள் தர்மம் என்ற கருத்தாக்கத்தை அடிப்படையாகக் கொண்டிராத காரணத்தால் இந்து என்ற பெரும் கதையாடலின் பகுதியாக அவை இருக்க முடியாமல்போகிறது. ஆர்எஸ்எஸ் மார்க்ஸியச் சித்தாந்தத்தை நிராகரிப்பதற்கும், இந்திய அரசமைப்பை நிராகரிப்பதற்கும் காரணம் இதுவாகத்தான் இருக்க முடியும். ஆனால், நம்முடைய அன்றாட வாழ்வனுபவத்தைத் தீர்மானிப்பதில் மிக முக்கியப் பங்காற்றும் ஒன்று தீண்டாமை. நம் சமூகத்தில் அன்றாட வாழ்வனுபவத்தின் அத்தியாவசியப் பண்பாகத் தீண்டாமை காணப்படுகிறது. சாதிகளெல்லாம்

55 *Ibid., p. 68.*
56 *Golwarlar (2019: 34, 36).*

தீண்டாமை என்ற கயிறு கொண்டுதான் இணைக்கப்பட்டுள்ளன. தீண்டாமை எப்போதும் நடைமுறை சார்ந்திருக்கிறது. அது தர்மம்போல் கருத்தாக்கத் தளத்தில் செயல்படக்கூடியதாக இருக்க முடியாது. இன்னும் சொல்லப்போனால், விசித்திரமாக நடைமுறைத் தளத்தில் செயல்படும் தீண்டாமையானது கருத்தாக்கத் தளத்தில், வாழ்வனுபவத்தை மொழிப்படுத்தும் தளத்தில் காணாமல்போகிறது.[57] பிரச்சினை என்னவென்றால், தீண்டாமையும் தர்மத்தின் பகுதியாகவே பார்க்கப்படுகிறது. ஆக, தர்மத்தை அடிப்படையாகக் கொண்டு 'நாம் இந்து' என்ற கோட்பாட்டை உருவாக்க வேண்டும் என்றால், தீண்டாமை என்ற நடைமுறையின் இருப்பை மறுதலிக்க வேண்டியுள்ளது. அதற்குத் தீண்டாமையைக் குடும்பஸ்தர்களுக்கானதாக மடைமாற்றிவிட வேண்டியிருக்கிறது. இவ்வாறு மடைமாற்றிவிடாமல் இந்து என்ற கதையாடல் சாத்தியமில்லை. மொத்தத்தில், தீண்டாமையை மடைமாற்றிவிட்டு நாம்-சுயம் என்று ஒன்றை உருவாக்கும்போது, அங்கு நான்-சுயம் என்று ஏதும் இல்லாமல்போகிறது. தீண்டாமை என்ற ஊனத்தைக் கடக்க முடியாமல்போகிறது. அதாவது, ஆர்எஸ்எஸ் 'நாம் இந்து' என்ற பெரும் கதையாடலை உருவாக்குவதற்கு சமயங்களின் வரலாற்றுரீதியான பங்களிப்பை மறுதலிப்பதோடு மட்டுமல்லாமல், நான்-சுயம் என்பதையும் முற்றாக மறுதலிக்க வேண்டியுள்ளது.

ஆர்எஸ்எஸ்ஸும் நான்-சுயமும்

'நாம் இந்து' என்ற கருத்தாக்கத்தை அன்றாட வாழ்வனுபவம் சார்ந்து அர்த்தப்படுத்தும்போது பிரச்சினைக்குரியதாகிறது. மரபான சமயங்கள் வேறுபட்ட வழிபாட்டு முறைகளை, சடங்குகளை, உணவுப் பழக்கங்களை, பேச்சுமொழியைக் கொண்டிருக்கின்றன. அதேசமயத்தில், ஒரு சமயத்துக்குள்ளாக இருக்கும் சாதிகளுக்கு மத்தியிலும் தீண்டாமை காணப்படுகிறது. 'நாம் இந்து' என்ற கருத்தாக்கத்தை வாழ்வனுபவத்தின் ஊடாக, அதுவும் குறிப்பாகத் தீண்டாமையை நடைமுறைப்படுத்தும் வாழ்வனுபவத்தின் ஊடாகப் புரிந்துகொள்ள முயல்வோம். ஆர்எஸ்எஸ் முன்வைக்கும் 'நாம் இந்து' என்ற கருத்தாக்கத்தின் அமைப்பாக்கப் பகுதியாக இருக்கும் பல்வேறு மரபான சமயரீதியான 'நாம்'கள் அவற்றுக்கு இடையேயான உறவை

---

[57] 'சாதியும் நானும்' நூல் குறித்த வாசிப்புக்கு 'அனுபவங்களை மொழிப்படுத்துதல்' கட்டுரையைப் பார்க்கவும். சுப்பிரமணி இரமேஷ் (2020).

எழுவாய்–எழுவாய் என்பதாக இல்லாமல், எழுவாய்–பயனிலை என்பதாகக் கொண்டிருக்கின்றன — அதாவது, தீண்டாமை சார்ந்து அவற்றை வரையறுத்துக்கொள்கின்றன. இந்த சமயங்களையெல்லாம் இந்து என்ற கருத்தாக்கத்துக்குள் உள்ளிணைக்கும்போது இந்த சமயங்களுக்கு இடையேயான உறவு எத்தகையதானதாகிறது? ஆர்எஸ்எஸ்ஸால் இந்தப் பிரச்சினையை எதிர்கொள்ள முடியாது. எடுத்துக்காட்டாக, ஒரு தலித்துக்கும் இந்துக்கும் இடையேயான உறவை ஆர்எஸ்எஸ் எவ்வாறு எதிர்கொள்கிறது? இங்கு மிக சாதுர்யமான விளையாட்டு ஒன்று நடக்கிறது. அதாவது, தலித் அல்லது தீண்டப்படாதவர் என்ற வேறுபாட்டை ஆர்எஸ்எஸ் ஏற்றுக்கொள்ளுமானால், வேறுபாடுகளற்ற 'நாம் இந்து' என்ற கருத்தாக்கத்தை ஆர்எஸ்எஸ்ஸால் கட்டியமைக்க முடியாது. இதுபோலவே, சமயரீதியான வேறுபாட்டையும் ஆர்எஸ்எஸ்ஸால் ஏற்றுக்கொள்ள முடியாது. அதாவது, ஆர்எஸ்எஸ் மரபான சமயரீதியான 'நாம்'களையும் சாதியரீதியான 'நாம்'களையும் மொத்தமாக மறுதலிக்க வேண்டியுள்ளது. ஒற்றைத்தன்மையிலான இந்து என்ற கருத்தாக்கத்தை நிலைநிறுத்த இது மிக அவசியமாகிறது. கருத்தாக்கத் தளத்தில் இந்த ஒற்றைத்தன்மையைக் கட்டியமைக்கலாம். ஆனால், சமூகத் தளத்திலும் நடைமுறைத் தளத்திலும் இந்த வேறுபாடுகள் ஆர்எஸ்எஸ்ஸுடன் தொடர்ந்து மோதிக்கொண்டே இருக்கும். 'நாம்' என்பது அதன் உள்ளார்ந்த பண்பில் கொண்டிருக்கும் வேறுபாட்டை அங்கீகரிக்கும்போதுதான், ஒரு தலித்துக்கும் ஓர் இந்துக்கும் இடையேயான உறவை எழுவாய்களுக்கு இடையேயான உறவாக அங்கீகரிக்க முடியும். இத்தகைய அங்கீகரிப்பை, அதாவது சமயங்களுக்கு இடையேயான உறவை எழுவாய்களுக்கு இடையேயான உறவாக அங்கீகரிக்க மரபான சமயங்களும் மறுக்கின்றன. இந்து என்ற நவீனக் கருத்தாக்கமும் மறுக்கிறது. அதனால்தான், ஒரு வைணவப் பார்ப்பனருக்கும் வைணவ தலித்துக்கும் இடையேயான உறவும்கூட ஒரு எழுவாய்க்கும் பயனிலைக்குமானதாக வெளிப்படுகிறது. இதற்கு நிகராக, இந்து என்ற கட்டமைப்பிலும் தலித்துகள் பொருட்களாகிறார்கள். (இங்கு விசித்திரம் என்னவென்றால், தீண்டாமைக்கு எதிரான காந்தியின் வெளிப்பாடும் தலித்துகளைத் தீண்டுவதற்கான பொருட்களாக்கியது. இதை அம்பேத்கர் தீவிரமாக எதிர்க்க வேண்டியிருந்தது.)[58] எடுத்துக்காட்டாக, சாதிகளுக்கு இடையேயான எல்லையை வரையறுக்கும் தீண்டாமையை கோல்வால்கர் எவ்வாறு அணுகுகிறார்

58 பார்க்க: *Ramanjuam (2020).*

என்று பார்ப்போம். சமய மடாதிபதிகள் தீண்டாமை நடைமுறையை ஒழிக்க முன்வர வேண்டும் என்று கோல்வால்கர் கோரிக்கை வைத்தார்.[59] '1966-ல், அதாவது விஷ்வ இந்து பரிஷத் உருவாக்கப்பட்ட மூன்று ஆண்டுகளுக்குள் எல்லா இந்து தர்மாச்சாரிகளும் ஒரு மேடையில் அணிதிரட்டப்பட்டார்கள். (முக்கியமாகக் கவனிக்கவும்: ஆர்எஸ்எஸ் மேடையில் தர்மாச்சாரிகள் அணிதிரட்டப்படவில்லை.) குறைந்தபட்சம், வெளிப்பார்வைக்கு அல்லது இதுபோன்ற சந்தர்ப்பங்களில் இந்தத் தர்மாச்சாரிகளுக்கு இடையே காணப்படும் மேல்-கீழ் என்ற படிநிலை சார்ந்த அந்தஸ்து கோரும் அகங்காரத்தை விட்டு ஒழித்ததுபோல் தோன்றியது. இந்தத் தர்மாச்சாரிகள் ஒத்த குரலில் தீண்டாமை நடைமுறையை நியாயப்படுத்த இந்து மதத்தில் ஏதும் கிடையாது என்று கோரினார்கள். இந்தத் தருணத்தில், பொதுவாக உணர்வடக்கம் கொண்டவர், நாகரிகமாகத் தன்னை வெளிப்படுத்திக்கொள்பவர் என்றும் சொல்லப்படும் கோல்வால்கர், சந்தோஷத்தில் உண்மையிலேயே கூத்தாடினார் என்று சொல்லப்படுகிறது' என்கிறார் கேல்கர்.[60] ஆனால், இதில் உள்ள முரண்நகை என்னவென்றால், எந்தத் தர்மாச்சாரிகள் தீண்டாமையை நியாயப்படுத்த இந்து மதத்தில் ஏதும் கிடையாது என்று ஒத்த குரலில் ஏற்றுக்கொண்டார்களோ அவர்கள்தான் தீண்டாமைக்கான மூலமாக விளங்குகிறார்கள் என்பதை அவர்களும் அறிந்திருக்கவில்லை, கோல்வால்கரும் அறிந்திருக்கவில்லை. தர்மாச்சாரிகளும் சந்நியாசிகளும் கோல்வால்கரும் அவர்களிடம் உள்ள பெரும் ஊனத்தைக் குடும்பஸ்தர்களுக்கு மடைமாற்றிவிடுகிறார்கள். இதில் சுவாரஸ்யமான விஷயம் என்னவென்றால், இவ்வாறு தீண்டாமையை மடைமாற்றிவிடுவது இந்தச் சமூகத்தில் தொடர்ந்து நடந்துகொண்டிருக்கிறது. தோற்றப்பாட்டியல் அடிப்படையில் சொல்வதென்றால், பார்ப்பனர்கள் அவர்களிடம் உள்ள தீண்டவியலா ஊனத்தை மற்றவர்களுக்குச் சமூகரீதியாக மடைமாற்றிவிடுகிறார்கள். பார்ப்பனரல்லாதார் அவர்களிடம் உள்ள ஊனத்தைப் பார்ப்பனர்களுக்கு அரசியல்ரீதியாக மடைமாற்றிவிடுகிறார்கள். தலித்துகள் அவர்களிடம் உள்ள ஊனத்தை தலித்தல்லாதவர்களுக்கு அரசியல்ரீதியாக மடைமாற்றிவிடுகிறார்கள். மொத்தத்தில், தீண்டாமை என்ற ஊனம் மற்றவர்களுக்குத் தொடர்ந்து மடைமாற்றிவிடப்படுகிறது. 'நாம் இந்து' என்ற கருத்தாக்கமும் இதையே செய்கிறது. தீண்டாமையை எவரும் சுய-ஊனமாக எடுத்துக்கொள்வதில்லை. இங்கு கேள்வி

---

59 *Golwalkar* (2019: 353).
60 *Kelkar* (2011: 81).

என்னவென்றால், தீண்டாமைக்கு எவர் காரணியமாகிறார்களோ, அதாவது தர்மாச்சாரிகளும் சந்நியாசிகளும், அவர்கள் எவ்வாறு தீண்டாமையை ஒழிக்க முடியும்? தீண்டாமையை ஒழிப்பதற்குத் தர்மாச்சாரிகளும் சந்நியாசிகளும் தங்களையே அழித்துக்கொள்ள வேண்டும். சந்நியாசிகள், துறவிகள், மடாதிபதிகள், தர்மாச்சாரிகள், ஏன் ஆர்எஸ்எஸ்ஸின் சர்சங்சாலக் என்ற நிலையைக்கூட அவர்கள் துறக்க வேண்டும். தீண்டாமை குறித்த புரிதல் அறிவுலகத்தில் எவ்வளவு மேலோட்டமாக இருக்கிறதோ அதே அளவுக்கான புரிதல்தான் கோல்வால்கரிடமும் தர்மாச்சாரிகளிடமும் காணப்படுகிறது. இத்தகைய மேலோட்டமான புரிதலே ஆர்எஸ்எஸ்ஸில் தீண்டாமை கிடையாது என்று கோல்வால்கரைச் சொல்ல வைக்கிறது. 'சமூகத்தின் பல பிரிவுகளிலிருந்து வந்திருக்கும் நூற்றுக்கணக்கான சுயம்சேவக்குகள், யார் எந்தச் சாதியைச் சேர்ந்தவர்கள், யார் எந்த இந்து மதப் பிரிவைச் சேர்ந்தவர்கள் என்று எந்தக் கவலையும் இல்லாமல் ஒன்றாக அமர்ந்து, உணவு எடுத்துக்கொண்டு, விளையாடி, பாட்டு பாடுகிறார்கள்' என்கிறார்.[61] தீண்டாமையின் சமூக வெளிப்பாடு சாதியம். சாதியத்தின் சாரம் தீண்டாமை (குறைந்தபட்சம் மத்தியக் காலத்திலிருந்து). குடும்பம் என்ற கருத்தாக்கத்தின் ஊடாகவே தீண்டாமை அதை வெளிப்படுத்திக்கொள்கிறது. குடும்பஸ்தர்கள்தான் சந்நியாசிகளை, தர்மாச்சாரிகளை நிலைநிறுத்துகிறார்கள். இப்படியாக இல்லையென்றால், எது தீண்டாமைக்கான மூலமாகிறதோ அது நமக்குப் புலப்படாததாக இருக்கும்.

இவ்விடத்தில் தீண்டாமையை காந்தி எவ்வாறு எதிர்கொண்டார் என்று பார்ப்பது பொருத்தமாக இருக்கும். 1925-ல், 'யங் இந்தியா'வில், காந்தி இவ்வாறு எழுதுகிறார்:

தீண்டாமையை முடிவுக்குக் கொண்டுவர வேண்டும் என்று நான் ஏங்குகிறேன். ஏனெனில், அது எனக்கான பரிகாரம், பிராயச்சித்தம். நான் தீண்டப்படாதவர்களின் சுத்தத்தை (Shuddhi) கோரவில்லை. இப்படிக் கோருவது அபத்தமானதாகும். நான் என்னுடைய, இந்து மதத்தின் சுத்தத்தைத்தான் கோருகிறேன். இந்தக் கொடுமைக்கு அங்கீகாரம் கொடுத்து இந்து மதம் பெரும் பாவத்தைச் செய்திருக்கிறது. பிறர் பொருட்டு பிராயச்சித்தம் சாத்தியப்படுமானால், தீண்டாமைப் பாவத்திலிருந்து

---

[61] *Golwalkar* (2019: 358–359).

> என்னைச் சுத்தப்படுத்திக்கொள்ள நான் ஏக்கம்கொள்கிறேன். இதுவே என் கருத்து.[62]

கோல்வால்கரின் நிலைப்பாட்டோடு காந்தியின் நிலைப்பாட்டை நாம் ஒப்பிட்டுப்பார்க்கலாம். காந்தி முன்வைக்கும் இந்து என்ற கருத்தாக்கத்தில் நான்–சுயம் மையப்படுகிறது; தீண்டாமையை சுய–ஊனமாகப் பார்க்கிறார். சுய–ஊனத்தை மடைமாற்றிவிட்டு கோல்வால்கர் நாம்–சுயத்தைக் கட்டமைப்பதுபோல் காந்தி செயல்படவில்லை. அதேசமயத்தில், நான்–சுயத்தின் ஊடாக அவர் இந்து என்ற நாம்–சுயத்தை விசாரணைக்கு உட்படுத்துகிறார். ஆர்எஸ்எஸ்ஸுக்கும் காந்திக்கும் இடையேயான இந்த வேறுபாடு மிக முக்கியமானது. வேறு வார்த்தைகளில் சொல்வதென்றால், கோல்வால்கர் தீண்டாமையைக் குடும்பஸ்தர்களுக்கானதாகப் பார்த்தார் என்றால், காந்தி 'என்' ஊனமாகப் பார்த்து அதை 'நம்' ஊனமாக மாற்ற முயல்கிறார்; இந்து என்ற கருத்தமைவின் ஊனமாக மாற்றுகிறார். காந்தி அவருடைய ஆஸ்ரமங்களில் தீண்டாமையை ஒழிக்க மேற்கொண்ட முயற்சிகள் மிக முக்கியமானவை. ஏனெனில், அவரது ஆஸ்ரமங்கள் சமூகத்தின் பகுதியாக இருந்தன. அன்றாட வாழ்க்கையின் பகுதியாக இருந்தன. குடும்பஸ்தர்களை உள்ளடக்கியதாக இருந்தன. அவரும் ஒரு குடும்பஸ்தராகவே இருந்தார். மரபான மடங்கள்போலவோ, ஆர்எஸ்எஸ் என்ற இந்து மடம்போலவோ காந்தியின் ஆஸ்ரமங்கள் அன்றாட வாழ்க்கையிலிருந்து துண்டிக்கப்பட்டவையாக இல்லை. எடுத்துக்காட்டாகச் சொல்வதென்றால், 1915–ல் காந்தி ஒரு தீண்டப்படாத குடும்பத்தினரை அவரது சத்தியாகிரக ஆஸ்ரமத்துக்கு அழைத்துக்கொள்கிறார். ஆஸ்ரமத்தில் இருந்த தலித்தல்லாதவர்கள் இதை எதிர்த்தார்கள். கஸ்தூரிபாயும் இதை எதிர்க்கிறார். கடுமையாக எதிர்ப்பு தெரிவித்த தன்னுடைய நண்பரையும் அவரது குடும்பத்தையும் சில காலங்களுக்கு ஆஸ்ரமத்தை விட்டு வெளியே இருப்பதற்கு காந்தி ஏற்பாடு செய்தார். ஒருகட்டத்தில் கஸ்தூரிபாய் அந்த தலித் குடும்பத்தை ஏற்றுக்கொள்கிறார்.[63] அன்றாட வாழ்க்கையில் நாம் நினைத்துப்பார்க்காத வடிவங்களிலெல்லாம் தீண்டாமை அதை வெளிப்படுத்திக்கொள்ளும் சக்தி கொண்டிருக்கிறது. தீண்டாமையை நிலைத்திருக்க வைப்பதில் குடும்பத்தின் பங்கை நாம் ஏற்றுக்கொள்ளத்தான் வேண்டும். குடும்பத்தை

62 *in Kolge (2017: 124).*

63 *இந்த நிகழ்வு குறித்த விரிவான தகவல்களுக்குப் பார்க்கவும்: Ibid., p. 106*

அமைப்பாக்கம் செய்யும் அதன் உறுப்பினர்கள் குடும்பம் என்ற கருத்தாக்கத்தை நிலைநிறுத்துவதுபோல், சாதி என்ற கருத்தாக்கமும் சாதியை அமைப்பாக்கம் செய்யும் குடும்பத்தின் ஊடாகவே நிலைநிறுத்தப்படுகிறது. ஆக, நாம் குடும்பம் என்ற கருத்தாக்கத்தை மாற்றி வரையறுக்காமல் தீண்டாமையை எதிர்கொள்ள முடியாது. குடும்பம் என்ற கருத்தாக்கத்தை மாற்றி வரையறுக்க நான்-சுயம் அல்லது வேறு விதமான நாம்-சுயம் அவசியமாகிறது. குடும்பத்தை மாற்றி வரையறுக்க ஆர்எஸ்எஸ் முன்வராது. அதற்கான அடிப்படை எதுவும் அதனிடம் கிடையாது. ஏனெனில், நான்-சுயத்தை ஆர்எஸ்எஸ்ஸால் எப்போதும் ஏற்றுக்கொள்ள முடியாது. அது குடும்பம், சாதி, இந்து சமயம், இந்து தேசம் ஆகிய 'நாம்'களைத்தான் ஏற்றுக்கொள்ள முடியும்.

ஆர்எஸ்எஸ்ஸில் தீண்டாமை கடைப்பிடிக்கப்படுவதில்லை என்று கோல்வால்கர் கோருவதைத் தொழிற்சாலை எடுத்துக்காட்டின் ஊடாகப் புரிந்துகொள்ளலாம். தொழிற்சாலையில் ஒருவர் தன்னைத் தொழிலாளியாக பாவித்துக்கொள்கிறார். அங்கு பல சாதியைச் சேர்ந்தவர்களோடும், பல சமயங்களைச் சேர்ந்தவர்களோடும் ஒருவர் வேலைபார்க்கிறார், அவர்களோடு சேர்ந்து ஒன்றாக உணவு எடுத்துக்கொள்கிறார். இங்கு ஒருவர் ஒரு தொழிலாளியாக அவரது குடும்பவெளிக்கு வெளியே இருக்கிறார். ஆனால், அதே தொழிலாளி குடும்பவெளிக்குள் நுழைந்தவுடன் சாதியத் தன்னிலையாகத் தன்னை வரையறுத்துக்கொள்கிறார். பெரும் சலுகை கொடுத்துதான் நான் இவ்வாறு சொல்கிறேன். இன்னும் தீவிரமாக உள்ளே போவோம் என்றால், நம்முடைய நிறுவனங்கள் எல்லாமே குடும்பத்தின் நீட்சியாக இருக்கின்றன. குடும்பத்தின் பண்பு கொண்டே நமது நிறுவனங்கள் செயலாற்றுகின்றன. நமது நிறுவனங்கள் ஜனநாயகத்தன்மை அற்றதாக இருப்பதற்கு இந்தக் குடும்பப் பண்பே காரணியமாகிறது. ஆர்எஸ்எஸ்ஸில் உள்ள முழுநேர உறுப்பினர்கள் குடும்பவெளியிலிருந்து விலகியிருப்பதால் தீண்டாமையைக் கடந்துவிட்டதாக பாவித்துக்கொள்கிறார்கள். இவ்வாறு பாவித்துக்கொண்டு தீண்டாமையானது குடும்பஸ்தர்கள் மத்தியில் காணப்படும் ஒன்று என்று மடைமாற்றிவிடுகிறார்கள்.

காந்தியின் ஆஸ்ரமங்கள் குடும்பத்தை உள்ளடக்கியதாக இருந்தன. அதாவது, அது பரந்துபட்ட சமூகத்தின் ஒரு சிறிய அலகாக வடிவமைக்கப்பட்டிருந்தது. பரந்துபட்ட சமூகத்தில் இருந்த சிக்கல்கள் எல்லாமும் காந்தியின் ஆஸ்ரமங்களில் இருந்தன. ஆனால், ஆர்எஸ்எஸ் குடும்பத்திலிருந்து விலகி இந்து ராஷ்டிரத்தின்

நுண் அலகாக வடிவமைக்கப்பட்டுள்ளது. காந்தியின் ஆஸ்ரமங்கள் அன்றாட வாழ்க்கையின் பகுதியாக இருந்தன. ஆர்எஸ்எஸ் முழுநேர உறுப்பினர்களின் வாழ்க்கையோ அன்றாட வாழ்க்கையிலிருந்து விலகி இருக்கிறது. ஆர்எஸ்எஸ் உறுப்பினர்கள் அன்றாட சமூகத்துவத்தின் பகுதியாக இருந்து செயல்படுவதில்லை. அன்றாட வாழ்க்கையின் முரண்களுக்கு, வலிகளுக்கு, சந்தோஷங்களுக்கு அவர்கள் அந்நியமானவர்கள். பெண்களை நடைமுறைரீதியாகவும் கருத்தாக்கரீதியாகவும் நிராகரிப்பவர்கள். வாழ்க்கையின் முரண்களும் வலிகளும் சந்தோஷங்களும் நான்-சுயத்தோடு தொடர்புகொண்டவை. அவை என் வலி, என் சந்தோஷம், என் துயரம், என் உழைப்பு என்பதாகவே வெளிப்படுகிறது. அதனால்தான், ஆர்எஸ்எஸ்ஸின் முழுநேர ஊழியர்கள் குடும்பஸ்தர்களாக இருப்பதில்லை. இதை காந்தியின் பிரம்மச்சரிய விரதத்தோடு ஒப்பிட்டுப்பார்க்கலாம். இதிலும்கூட காந்தி நான்-சுயத்தைக் கொண்டுவந்து அதன் ஊடாக நாம்-சுயத்தில், அதாவது இந்து அடையாளத்தின் ஆண்மையவாதத்துக்கு எதிரானதாகப் பிரம்மச்சரியத்தை முன்வைக்கிறார். ஆர்எஸ்எஸ் பெண்களை மட்டும் நிராகரிக்கவில்லை, அன்றாட வாழ்க்கையையும் சேர்த்தே நிராகரிக்கிறது. அன்றாட வாழ்க்கையை நிராகரித்து, தீண்டாமைப் பிரச்சினைக்கு எவ்வாறு முக்கியத்துவம் கொடுக்க முடியும்? தீண்டாமை அன்றாட வாழ்க்கையோடு, நம் உடலோடு, நம் புலன்களோடு தொடர்புடையது. தீண்டாமை கருத்தாக்கத் தளத்தில் மட்டுமே செயல்படக்கூடியதல்ல. தீண்டாமை மட்டுமல்லாமல் தீண்டாமை எதிர்ப்பும் அன்றாட வாழ்வு சார்ந்தே சாத்தியப்படுகிறது. கருத்தியல் தளத்திலிருந்து மட்டுமே தீண்டாமையை நம்மால் எதிர்க்க முடியாது. தீண்டாமை எதிர்ப்பு என்பது நம் வாழ்க்கைமுறையோடு பின்னிப்பிணைந்ததாகவே இருக்க முடியும்.

எடுத்துக்காட்டாக, நாம் பன்வர் மெக்வன்ஷியின் (2020) அனுபவத்தை எடுத்துக்கொள்வோம். இவரது வாழ்வனுபவம் கோல்வால்கர் சொல்வதை, ஆர்எஸ்எஸ் கோருவதைப் பொய்த்துப்போக வைக்கிறது. ஒரு தலித்தான மெக்வன்ஷி, ஆர்எஸ்எஸ் உறுப்பினராக இருந்தார். அவரது கடுமையான உழைப்பின் ஊடாகவும், அர்ப்பணிப்பின் ஊடாகவும் ஷாகா பொறுப்புகளை எடுத்துக்கொள்ளும் அளவுக்கு மேலே வந்தார். ஆனால், அவர் பிரச்சாரகராக விரும்பியபோது, அதாவது ஆர்எஸ்எஸ்ஸின் முழுநேர ஊழியராக மாற விரும்பியபோது, அவர் தலித் என்பதால் அவருக்கு ஊக்கம் அளிக்கப்படவில்லை. இதையும்விட அவரது வாழ்க்கையைத் தலைகீழாகப் புரட்டிப்போடும் ஒரு வாழ்வனுபவத்தை அவர்

எதிர்கொள்ள நேர்ந்தது. ஒருமுறை, அவரது கிராமத்துக்கு ஆர்எஸ்எஸ் ஊழியர்கள் வந்திருந்தபோது, அவரது வீட்டில் உணவு எடுத்துக்கொள்ள மெக்வன்ஷி அவர்களுக்கு அழைப்புவிடுக்கிறார். வந்திருந்தவர்கள் சாக்குபோக்கு சொல்லி, அவருடைய வீட்டில் உணவு எடுத்துக்கொள்வதைத் தவிர்த்து, உணவைப் பொட்டலமாகக் கட்டிக்கொடுக்கச் சொல்கிறார்கள். ஆர்எஸ்எஸ் உறுப்பினர்கள் என்பதால், அவர்கள் மேல் கொண்டிருந்த நம்பிக்கையில் இவரும் எல்லோருக்கும் உணவைப் பொட்டலமாகக் கட்டிக்கொடுக்கிறார். ஆனால், அவர்கள் போகிற வழியில் உணவுப் பொட்டலங்களைத் தூக்கியெறிகிறார்கள். ஒரு நண்பர் ஊடாக இதை அறிந்துகொண்ட மெக்வன்ஷியால் இந்த அவமதிப்பை ஏற்றுக்கொள்ள முடியவில்லை. அதாவது, அந்தத் தருணத்தில் ஓர் இந்துவாக இருந்த மெக்வன்ஷி ஒரு தலித்தாக மாறுகிறார்.

ஆர்எஸ்எஸ் என்ற இந்து மடத்தின் நோக்கம், மரபான சமயம்/சாதி மடங்கள்போலவே பார்ப்பனர் என்ற கருத்தமைவை நிலைநிறுத்துவதுதான். பார்ப்பனர் என்ற கருத்தமைவுதான் பார்ப்பனியத்தின் மையச் சரடாக இருக்கிறது. ஆனால், பார்ப்பனச் சாதிகளும், பார்ப்பனரல்லாத சாதிகளும் தலித் சாதிகளும் ஆர்எஸ்எஸ்ஸுடன் எத்தகைய உறவைப் பேண முடியும்? ஆர்எஸ்எஸ் முன்வைக்கும் 'நாம் இந்து' என்ற கருத்தாக்கத்தில் சாதிகளுக்கு இடையே காணப்படும் சமூகரீதியான படிநிலையை ஆர்எஸ்எஸ் என்னவாகப் பார்க்கிறது? இந்தக் கேள்விக்கான பதில் குடும்பஸ்தர்களை ஆர்எஸ்எஸ் எப்படிப் பார்க்கிறது என்பதோடு தொடர்புடையதாக இருக்கிறது. மொத்தச் சமூகத்தையும் ஆர்எஸ்எஸ்ஸாக மாற்ற முடியாது. எல்லோரும் சந்நியாசிகளாகவோ துறவிகளாகவோ இருப்பதில் அர்த்தம் ஏதுமில்லை. (பௌத்தமும் சமணமும் இந்தப் பிரச்சினைக்குள் சிக்கிக்கொண்டன.) அதிகபட்சம் மொத்தச் சமூகத்தை சுயம்சேவக்காக அர்த்தப்படுத்த முடியும். சந்நியாசிகளை, துறவிகளை நிலைநிறுத்துவதற்கு எவ்வாறு குடும்பஸ்தர்கள் தேவைப்படுகிறார்களோ அதற்கு நிகராக ஆர்எஸ்எஸ்ஸை நிலைநிறுத்துவதற்கு சுயம்சேவக்குகள் தேவைப்படுகிறார்கள். ஆனால், குடும்பஸ்தர்கள் சாதிகளாக வாழ்ந்துகொண்டிருக்கிறார்கள்; பல்வேறு சமயங்களைச் சேர்ந்தவர்களாக வாழ்ந்துகொண்டிருக்கிறார்கள். அவர்களுடைய அன்றாட வாழ்க்கை, உடல், புலன்கள் எல்லாம் இவற்றால் தீர்மானிக்கப்பட்டவையாக இருக்கின்றன. ஏன் பார்ப்பனர்கள்கூட பார்ப்பனச் சாதிகளாகவும், பல்வேறு சமயங்களைச்

சேர்ந்தவர்களாகவுமே வாழ்ந்துகொண்டிருக்கிறார்கள். நாம் முன்னர் பார்த்ததுபோல், தன்னை முழுமையாகப் பார்ப்பனராகக் கருதிக்கொள்ளும் ஒருவர் பிரேதாவாக மட்டுமே வாழ முடியும். அவர்கள் உயிருள்ள ஜீவன்களாக, வாழ்க்கையின் இருமங்களுக்கு உட்பட்டு வாழ வேண்டும் என்றால், அவர்கள் ஏதோ ஒரு சமயத்தை, ஏதோ ஒரு சாதியைச் சேர்ந்தவராக இருக்க வேண்டியுள்ளது. ஆக, எந்த சமயத்தைச் சேர்ந்தவராக இருந்தாலும், எந்தச் சாதியைச் சேர்ந்தவராக இருந்தாலும், ஆர்எஸ்எஸ் வெளிக்குள் தங்களைக் குறைந்தபட்சம் சுயம்சேவக்குகளாக அர்த்தப்படுத்திக்கொண்டாலே போதுமானதாகிறது.

இதைப் புரிந்துகொள்ள நாம் ஆர்எஸ்எஸ்ஸுக்கும் மரபான சமயங்களுக்கும் இடையேயான முரண்பாட்டை எடுத்துக்கொள்வோம். லிங்காயத்துகள், வீரசைவர்கள், சைவர்கள், வைணவர்கள் என்று எல்லா சமயங்களும் தாங்கள் இந்து அல்ல என்று சொல்வதற்கு வரலாற்றுரீதியாக எல்லா நியாயங்களும் இருக்கின்றன. இந்த வரலாற்றுத்தன்மையை இந்த சமயங்கள் எப்போது வேண்டுமென்றாலும் அரசியல்ரீதியாக முன்னுக்குக் கொண்டுவர முடியும். ஆக, ஆர்எஸ்எஸ் வெளிப்படையாக சமயங்களை எதிர்க்க முடியாது. மேலும், ஆர்எஸ்எஸ் அதன் இருப்புக்கான தார்மீக பலத்தை மரபார்ந்த சமயம்/சாதி மடங்களிலிருந்து பெற்றுக்கொள்ள வேண்டியிருக்கிறது. அதேசமயத்தில், அதைத் தேசிய மதமாக வரையறுத்துக்கொள்ளவும் வேண்டியிருக்கிறது. தேசிய மடம் என்ற அந்தஸ்தை மரபான மடங்கள் பெற்றுக்கொள்ள முடியாது. ஆக, ஆர்எஸ்எஸ் ஒரு தேசிய மடமாக அதை வரையறுத்துக்கொண்டு மரபான மடங்களை, சாதிகளை அதன் கட்டுப்பாட்டுக்குள் கொண்டுவரவே முயலும். இதற்காகவே இந்தச் சமூகத்தில் தோன்றிய பல்வேறு சமயங்களை (பௌத்தம், சமணம் உட்பட) இந்து மதத்தின் உட்பிரிவுகளாக அர்த்தப்படுத்த வேண்டியுள்ளது. ஆர்எஸ்எஸ்ஸின் இந்தத் திட்டத்துக்குத் தாராளவாதிகளும் மதச்சார்பின்மைவாதிகளும்கூட மறைமுகமாகத் துணைபோகிறார்கள். இந்திய அரசு நேரடியாகத் துணைபோகிறது. கல்விப்புலம் சார்ந்த அறிவுலகமும் இதற்குத் துணைபோகிறது. சுருக்கமாகச் சொல்வதென்றால், வாட்டிகன் எவ்வாறு உலகம் முழுவதும் உள்ள கிறிஸ்தவ அமைப்புகளை (கத்தோலிக்கப் பிரிவின்) அதன் கட்டுப்பாட்டுக்குள் வைத்திருக்கிறதோ அதுபோன்ற அதிகாரமே ஆர்எஸ்எஸ் என்ற இந்து மடத்தின் நோக்கமாகிறது. இத்தகைய முடிவுக்கு வருவதற்கு கோல்வால்கரின் எழுத்துகள்

நமக்குத் துணைபுரிகின்றன. 'பாரதிய தேசிய ஒற்றுமையை வெற்றிகரமாகக் கட்டமைப்பவர்கள் வருங்காலச் சந்ததியினரால் சங்கராச்சாரியாரின் நவீன வெளிப்பாடாகப் போற்றப்படுவார்கள்' என்கிறார் கோல்வால்கர். அதே வாக்கியத்தில் சங்கராச்சாரியாரை ஆப்ரஹாம் லிங்கனோடு ஒப்பிடுகிறார். சங்கராச்சாரியாரை பாரதிய ஆப்ரஹாம் லிங்கனாகப் பார்க்கிறார்.[64] இந்த சங்கராச்சாரியார் வேறு யாரும் இல்லை — ஆர்எஸ்எஸ்ஸின் சர்சங்சாலக்கே நவீன சங்கராச்சாரியர் ஆகிறார். இந்த சங்கராச்சாரியாரே 'அரசமைப்பு ரிஷி' ஆகிறார்.

இந்து மதமும் இந்து பண்பாடும் முன்வைக்கும் சமூகச் சட்டதிட்டங்களை ஏற்றுக்கொள்ளாதவர்கள் எல்லோரும் மிலேச்சர்கள் என்கிறார் கோல்வால்கர்.[65] நம்முடைய கேள்வி, ஒரு இந்து பண்பாடு அன்றாட வாழ்க்கையில் என்னவாக இருக்கிறது? இஸ்லாமியர்களுக்கு என்று வாழ்க்கைமுறைகள் இருக்கின்றன. கிறிஸ்தவர்களுக்கு என்று வாழ்க்கைமுறைகள் இருக்கின்றன. ஒரு சைவராக, வைணவராக இருப்பதற்கு வாழ்க்கைமுறைகள் இருக்கின்றன. ஆனால், இந்துவாக இருப்பதற்கு வாழ்க்கைமுறைகள் என்று ஏதேனும் இருக்கின்றனவா? பண்பாட்டுரீதியாக இந்து என்று தன்னை அடையாளப்படுத்திக்கொள்பவர் சமூகத்தில் தன்னை எப்படி வெளிப்படுத்திக்கொள்கிறார்? ஒருவர் அதிகபட்சம் தேசியத்தோடு தன்னை அடையாளப்படுத்திக்கொள்ள முடியும். ஆர்எஸ்எஸ் முழுநேர உறுப்பினர் ஒரு இந்துவாக இருப்பதற்கு சில வாழ்க்கைமுறைகள் இருக்கின்றன. இதை மெக்வன்ஷி மிகச் சிறப்பாக வெளிப்படுத்துகிறார்.[66] இந்து என்ற கருத்தாக்கம் எத்தகைய அறத்தைக் கொண்டிருக்கிறது? அறம் அன்றாட வாழ்கையோடு தொடர்புகொண்டது; தர்மசங்கடங்களோடு தொடர்புடையது; சரி/தவறு என்று தீர்மானிக்க முடியாத நிலைகளைக் கொண்டது. இது எதுவுமே ஆர்எஸ்எஸ்ஸிடம் கிடையாது.

இந்தப் பகுதியை முடிக்கும் விதமாக இதைக் குறிப்பிட விரும்புகிறேன்: ஆர்எஸ்எஸ் முன்வைக்கும் இந்து என்ற கருத்தமைவின் பண்பாட்டுக்குள் பௌத்தம், சமணம், சீக்கியம் போன்ற சமயங்களை எவ்வாறு உள்ளடக்க முடிகிறது என்றால், இந்த சமயங்களெல்லாம் பார்ப்பனர் என்ற கருத்தமைவோடு

---

64 *Golwalkar (2019: 228).*
65 *Golwalkar (2019: 53).*
66 *Meghwanshi (2020);* பன்வர் மெக்வன்ஷி *(2020)*

உரையாடின. ஒருவிதத்தில் தங்களை மேலான பார்ப்பனர்களாக வரையறுத்துக்கொண்டன. இஸ்லாமும் கிறிஸ்தவமும் இந்த உரையாடலின் பகுதியாக இருக்க முடியாது. ஏனெனில், இவற்றின் உலகப் பார்வை வேறு அடிப்படையைச் சார்ந்திருக்கிறது. இதில் சுவாரஸ்யமான விஷயம் என்னவென்றால், இந்திய அரசமைப்பும் பார்ப்பனர் என்ற கருத்தமைவோடு உரையாடல் நடத்த முடியாது. அரசமைப்பானது குடிநபர் என்ற அடிப்படையைச் சார்ந்திருக்கிறது. இந்திய வரலாற்றில் அதிகபட்ச மக்களை உள்ளடக்கிய ஒரு 'நாம்' இந்திய அரசமைப்பின் ஊடாகவே நமக்கு சாத்தியப்பட்டுள்ளது. இந்த 'நாம்' ஒற்றைத்தன்மையிலானது அல்ல. அது 'நாம்'க்குள் காணப்படும் வேறுபாடுகளை அங்கீகரிக்கிறது. பார்ப்பனர் என்ற கருத்தமைவுக்கு இடங்கொடுக்க மறுக்கிறது. கொள்கை அளவிலாவது, தீண்டாமையைக் குற்றமாக்குகிறது. ஆகவேதான், இந்து என்ற கருத்தமைவு சார்ந்து 'நாம்'-ஐ முன்வைக்கும் ஆர்எஸ்எஸ்ஸால் அரசமைப்பில் உள்ள 'நாம்'-ஐ நிச்சயமாக ஏற்றுக்கொள்ள முடியாது. எல்லா விதத்திலும், ஆர்எஸ்எஸ்ஸின் 'நாம்' அரசமைப்பின் 'நாம்'-க்கு முற்றிலும் எதிரானதாகும்.

ஆர்எஸ்எஸ்ஸும் நவீன இந்திய அரசமைப்பும்

நாம் இதுவரை விவாதித்ததை அடிப்படையாகக் கொண்டு இந்தப் பகுதியில், ஆர்எஸ்எஸ்ஸுக்கும் நவீன அரசுக்கும் இடையேயான உறவைப் பார்ப்போம். பண்டைய இந்தியாவில் பார்ப்பனர்களுக்கும் அரசர்களுக்கும் இடையேயான உறவானது பரிவர்த்தனை உறவைச் சார்ந்திருந்தது. பௌத்தர்களும் சமணர்களும் துறவி என்ற கருத்தாக்கத்தைக் கொண்டுவந்தபோது, பார்ப்பனர்களுக்கும் அரசர்களுக்கும் இடையேயான இந்தப் பரிவர்த்தனை உறவு பிரச்சினைக்குள்ளாகிறது. வீணா தாஸ் இந்த உறவை அரசர்-பார்ப்பனர்-சந்நியாசி என்ற அச்சின் ஊடாக அணுகுகிறார்.[67] சங்கரருக்கு முன் குடும்பஸ்தப் பார்ப்பனரும் சந்நியாசியும் இரண்டு தனித்த உருப்படிகளாக இருந்தார்கள். ஆனால் மத்தியக் காலத்தில், குறிப்பாக சங்கரருக்குப் பிறகு, இந்த இரண்டு உருப்படிகளும் ஒரே உடலுக்குள் ஐக்கியப்பட்டன. இது, அரசதிகாரத்தோடு பார்ப்பனர்கள் கொள்ளும் உறவை மேலும் சிக்கலாக்கியது. இந்தச் சிக்கலை இவ்வாறு நாம் விவரிக்கலாம்: ஒரு

67 *Das (2012).*

உடலுக்குள் இருக்கும் குடும்பஸ்தர் அரசதிகாரத்துக்குக் கட்டுப்பட்டு இருக்க வேண்டியிருக்கிறது என்றால், அதே உடலுக்குள் இருக்கும் சந்நியாசி அரசதிகாரத்துக்கு அப்பாற்பட்டவராகத் தன்னை வரையறுத்துக்கொள்ள வேண்டியுள்ளது. ஒன்று சமூகமயப்பட்டது என்றால், மற்றொன்று அசமூகமயப்பட்டதாக அதை வெளிப்படுத்திக்கொள்ள வேண்டியுள்ளது. ஆக, ஒரு பார்ப்பனர் ஒரே சமயத்தில் சமூக உறவிலும், அசமூக உறவிலும் ஈடுபட வேண்டியிருந்தது. பார்ப்பனர் என்ற கருத்தமையில் காணப்படும் இந்த உள்ளார்ந்த சிக்கலைப் பார்ப்பனியம் இன்றுவரை தீர்க்கவில்லை. பார்ப்பனியத்தில் காணப்படும் இந்தச் சிக்கல் நவீனச் சமூகத்திலும் வெளிப்படுகிறது.

நவீன அரசையும் ஜனநாயக அரசியலையும் கோல்வால்கர் அவநம்பிக்கை கொண்டு பார்த்தார். ஜனநாயக அரசியல் என்பது பல்வேறு சமூகங்களின் தேவைகளுக்கு முகம் கொடுப்பதாகிறது. அது அழுக்குகளைக் கொண்டது, அசிங்கங்களைக் கொண்டது, லஞ்ச லாவண்யத்துக்கு இடம் கொடுக்கக்கூடியது, பரம்பரை, பாரம்பரியம் போன்ற கருத்தாக்கங்களைக் கொண்டது, ஒவ்வொரு குமுகமும் குழுமமும் அதன் சுயத் தேவைகளுக்கு முக்கியத்துவம் கொடுக்கக்கூடியது — எல்லாவற்றையும்விட அன்றாட வாழ்க்கையோடு தொடர்புகொண்டது, ஏமாற்றங்களைக் கொண்டது, துயரங்களைக் கொண்டது, மகிழ்ச்சி கொண்டது, கனவுகளைக் கொண்டது, இருமங்களுக்குள் சிக்கிக்கொண்டது, இருமங்கள் ஊடாக அதன் இருப்புக்கான அர்த்தத்தைப் பெற்றுக்கொண்டது. இன்னும் சொல்லப்போனால், அடுத்த தலைமுறையை உருவாக்கிக்கொடுக்கும் பெரும் சமூகப் பொறுப்பைக் கொண்டது. உழைப்போடு தொடர்புகொண்டது. இவை எதையுமே மடங்கள் கொண்டிருக்கவில்லை. அதனாலேயே அது புனிதமானதாகிறது. கோல்வால்கர் ஆர்எஸ்எஸ்ஸைச் சுத்தமான, கறைபடியாத, அப்பழுக்கற்ற, மிக உயர்ந்த பண்புகளைக் கொண்டிருக்கும் ஒன்றாகப் பார்த்தார். ‘இதுவே மற்றவர்களை வழிநடத்தக்கூடிய நிலைக்கு அதைக் கொண்டுவிடும் என்பதாக கோல்வால்கர் பார்த்தார்’ என்றும், ‘கோல்வால்கர் மற்றும் அவரைச் சுற்றி இருந்தவர்கள் அரசியல் அதிகாரத்தைத் துறப்பதாக முன்வைத்தாலும் அதைக் கட்டுப்படுத்த நினைத்தார்கள்’ என்றும் கேல்கர் முன்வைக்கிறார். மேலும், ‘தர்மத்தின் சக்தியைக் கொண்டு கட்டுக்கடங்காத அரசர்களைக் கட்டுக்குள் கொண்டுவந்த வேள்வி செய்யும் இந்து ரிஷிகளுக்கு நிகராக ஆர்எஸ்எஸ் உறுப்பினர்கள்

தங்களை ரிஷிகளாக முன்னிறுத்திக்கொண்டார்கள்' என்றும், 'ஓர் அரசர் மற்றவர்களிடமிருந்து வெறும் மரியாதையை மட்டுமே பெற்றுக்கொள்கிறார். ஆனால், அரசனை உருவாக்கும் ரிஷியின் கால்களில் அவர்கள் விழுந்து வணங்குகிறார்கள். இப்படியாகத்தான் கோல்வால்கர் பார்த்தார்' என்கிறார் கேல்கர். மேலும், ஓர் அரசியல் செயல்பாட்டில் ஈடுபட்டால் மக்களுக்குச் சிலவற்றையாவது செய்வதற்கான பொறுப்பை ஏற்றுக்கொள்ள வேண்டியிருக்கும் என்பதாலேயே அரசியலையும், அது கொடுக்கும் அதிகாரத்தையும் கோல்வால்கர் வெறுத்தார் என்று குற்றஞ்சாட்டுகிறார் கேல்கர். கோல்வால்கரைப் பொறுத்தமட்டில் 'அரசியல் ஒரு வேசித் தொழில்' என்கிறார் கேல்கர்.[68]

'அரசியல் தலைமை குறித்து அசாத்திய அவநம்பிக்கையை ஆர்எஸ்எஸ் வெளிப்படுத்துகிறது' என்றும், 'சமூகத்தில் ஏற்றுக்கொள்ளப்பட்ட நடைமுறையாகத் தர்மம் மாறிய பின் அரசியல் அதிகாரம் தானாகவே காணாமல்போகும்' என்றும் ஆர்எஸ்எஸ் தலைமை நம்புவதாக ஆண்டர்சனும் டாம்லேவும் குறிப்பிடுகிறார்கள். மேலும், 'தர்மத்தை அர்த்தப்படுத்தக்கூடிய ஒரு உன்னதச் சமூகத்துக்கான மாதிரி வரைபடமானது 'அரசமைப்பு ரிஷி'யால் உருவாக்கப்படவில்லை என்றால், அரசியல் அதிகாரமானது முறையற்ற வழிகளில் நடைமுறைப்படுத்தப்படும்' என்று ஆர்எஸ்எஸ் தலைமை நம்புவதாகவும் இவர்கள் முன்வைக்கிறார்கள்.[69] ஒருபக்கம், ஜனநாயக அரசியல் அசுத்தங்களைக் கொண்டது என்றால், மறுபக்கம் நவீன அரசும் அதன் அதிகாரமும் 'அரசமைப்பு

68 *Kelkar (2011: 42-43). ஆர்எஸ்எஸ் கொண்டிருக்கும் அடிப்படைகளுக்கு கோல்வால்கரே காரணம் என்பதுதான் கேல்கரின் நிலைப்பாடு. கேல்கர் ஆர்எஸ்எஸ்ஸுக்கு மிக நெருக்கமாக இருந்தவர். 43 வருடங்களாக ஆர்எஸ்எஸ்ஸின் எல்லா மட்டத்திலும் தொடர்புகொண்டிருந்தவர். கேல்கரின் குடும்பம் ஆர்எஸ்எஸ்ஸைத் தோற்றுவித்த ஹெட்கேவார், கோல்வால்கர், தியோரஸ் மற்றும் பலரோடு மிக நெருக்கமாக உறவுகொண்டிருந்தது. இவர் பலமட்டத் தலைவர்களோடு தொடர்ந்து உரையாடிவந்ததன் விளைவுதான் இந்த நூல் என்கிறது நூலாசிரியர் குறிப்பு. ஆனால், சந்தேகத்துக்கு இடமில்லாமல் ஆர்எஸ்எஸ் எதிர்கொள்ளும் பிரச்சினைகளை கேல்கர் எளிமைப்படுத்துகிறார். ஆர்எஸ்எஸ்ஸில் உள்ள அடிப்படையான பிரச்சினைகளுக்கு கோல்வால்கரே காரணம் என்பது கேல்கரின் நிலைப்பாடு. ஆர்எஸ்எஸ் கட்டமைப்புரீதியாக எதைச் சாரமாகக் கொண்டிருக்கிறது, கொண்டிருக்க முடியும் என்ற கேள்விகளை கேல்கர் கேட்டுக்கொள்ளவில்லை.*

69 *Anderson and Damle (2020: 34).*

ரிஷி' யால் கட்டுப்படுத்தப்பட வேண்டியதாகிறது. ஆர்எஸ்எஸ்ஸின் அமைப்பு விதிகள் சர்சங்சாலக்கை 'ஆர்எஸ்எஸ்ஸின் வழிகாட்டி மற்றும் தத்துவவியலாளர்' என்று வரையறுக்கிறது. இவர் ஆர்எஸ்எஸ்ஸுக்குள் ஜனநாயகபூர்வமாகத் தேர்ந்தெடுக்கப்பட்டவர் இல்லை. சர்சங்சாலக்காக இருப்பவர் அடுத்த சர்சங்சாலக்கை நியமிக்கிறார் (சமயம்/சாதி மடங்களில் மடாதிபதிகள் அடுத்த மடாதிபதியை நியமிப்பதுபோலவே). கோல்வால்கர் சொல்வதன் அடிப்படையில் சொல்வதென்றால், ஆர்எஸ்எஸ்ஸின் வழிகாட்டியாகவும் தத்துவவியலாளராகவும் இருக்கும் சர்சங்சாலக்கே இந்திய 'அரசமைப்பு ரிஷி' ஆகிறார்.

இவ்விடத்தில் மேற்கத்திய நவீனத்தின் பகுதியாகத் தோன்றிய நவீன அரசு என்ற கருத்தாக்கம் குறித்த கார்ல் மார்க்ஸின் பார்வையை எடுத்துக்கொள்வோம். 'ஜூவிஷ் கொஸ்டின்' (Jewish Question) என்ற அவரது கட்டுரையில் இயேசு கிறிஸ்து இடத்தை நவீன அரசு எடுத்துக்கொள்கிறது என்கிறார் மார்க்ஸ். அதாவது, மானுடர்களுக்கும் கடவுளுக்கும் இடையீட்டாளராக இயேசு கிறிஸ்து இருப்பதுபோலவே மானுடர்களுக்கும் மானுடர்களின் விடுதலைக்கும் இடையீட்டாளராக நவீன அரசு இருக்கிறது என்கிறார்.

> மானுடர்களைச் சுற்றிவளைத்த முறையில், அதாவது இடையீட்டாளர் ஊடாக அங்கீகரிப்பதுதான் மதம். மானுடர்களுக்கும் மானுட விடுதலைக்கும் அரசு இடையீட்டாளராகிறது. தங்களுடைய தெய்வீகத்தன்மைகளையெல்லாம், மதரீதியான பிணைப்புகளையெல்லாம் மானுடர்கள் எவ்வாறு இடையீட்டாளரான கிறிஸ்துவின் பண்பை கொண்டிருக்கிறார்களோ அதுபோலவே, மானுடர்கள் அவர்களுடைய அதெய்வீகத்தன்மைக்கு மானுட விடுதலைக்கு இடையீட்டாளராக அரசின் மீது எல்லா நம்பிக்கைகளையும் வைக்கிறார்கள்.[70]

கிறிஸ்தவ மரபு முன்வைத்த துறவு வாழ்க்கையை (கத்தோலிக்கக் கிறிஸ்தவம்) விமர்சித்த ஒரு பார்வை (சீர்த்திருத்தக் கிறிஸ்தவம்) கடவுளுக்கும் மானுடர்களுக்கும் இடையீட்டாளராகத் தங்களை வரையறுத்துக்கொண்ட கத்தோலிக்கப் பாதிரிமார்களைக்

70 *in Brown (2010: 96).*

கடுமையாக விமர்சித்தது. இதன் நீட்சியாகத் தோன்றியதுதான் நவீன அரசு. (மதச்சார்பின்மை என்ற கோட்பாட்டின் அடிப்படையை இங்கிருந்துதான் நாம் பார்க்க வேண்டியுள்ளது. மேலும், தாராளவாதிகளும் கல்விப்புல ஆய்வாளர்களும் மேற்கில் சாத்தியப்பட்டதுபோன்ற மோதல், அதாவது அரசதிகாரத்துக்கும் மதத்துக்கும் இடையே காணப்பட்ட மோதல் இந்தியாவில் நடக்கவில்லை என்பதால் நாம் மதச்சார்பின்மை என்ற கோட்பாட்டை அப்படியே ஏற்றுக்கொள்ள முடியாது என்கிறார்கள். மதச்சார்பின்மைவாதிகள் இந்த நிலைப்பாட்டை ஏற்றுக்கொள்ள மறுத்தாலும், இந்தியாவில் மதச்சார்பின்மை என்ற கோட்பாட்டின் உள்ளடக்கம் என்னவாக இருக்க முடியும் என்ற கேள்வியைக் கேட்டுக்கொள்வதில்லை.) கிறிஸ்தவ மரபில் கடவுளுக்கும் மானுடர்களுக்கும் இடையே இடையீட்டாளர் என்று ஒருவர் இருந்தார். இந்த இடையீட்டாளர்களே பூசாரிகளாகவும் புரோகிதர்களாகவும் துறவிகளாகவும் இருந்தார்கள். இவர்கள் குடும்பஸ்தர்கள் மீதான அதிகாரத்தைத் துறவிகளாகக் கொண்டிருந்தார்கள். நம்முடைய மரபில் பூசாரிகளும் துறவிகளும் இரண்டாகப் பிளவுகண்டுள்ளன. நம்முடைய மரபில் பூசாரிகள், புரோகிதர்கள் குடும்பஸ்தர்களாக இருக்கிறார்கள். குடும்பஸ்தர்களாக இருந்துகொண்டு சமூக அதிகாரத்தைக் கொண்டிருக்க முடியாது. மேலும், இவர்கள் சமூகத்தில் பரிவர்த்தனை உறவில் இருப்பவர்கள். அதேசமயத்தில் துறவிகள், சந்நியாசிகள் கடவுளுக்கும் மேலானவர்களாகத் தங்களை வரையறுத்துக்கொள்கிறார்கள். சந்நியாசிகள் கடவுளுக்கு முன் தலைவணங்க மாட்டார்கள். நம் சமூகத்தைக் கட்டுப்படுத்தும் அதிகாரம் சந்நியாசிகளிடமும் துறவிகளிடமும் இருக்கிறதே தவிர குடும்பஸ்தர்களான பூசாரிகளிடமோ புரோகிதர்களிடமோ இல்லை. நம் சமூகத்தில் பார்ப்பனர் என்ற கருத்தமைவுதான் மையமாக இருக்கிறதே ஒழிய கடவுள் என்ற கருத்தாக்கமோ, இடையீட்டாளர் என்ற கருத்தாக்கமோ அல்ல. நம் சமூகத்தில் பார்ப்பனர் என்ற கருத்தமைவு பார்ப்பனர்களாலும் பார்ப்பனரல்லாதவர்களாலும் தலித்துகளாலும் திரும்பத் திரும்ப மொழியாக்கம் செய்யப்படும் ஒரு கருத்தாக்கமாக இருக்கிறது.[71] இங்கு பிரச்சினை என்னவென்றால், எந்த ஒரு மொழியாக்கமும் முழுமையடைவதில்லை. ஒரு மொழியாக்கம் மேலும் பல மொழியாக்கங்களுக்கான சாத்தியப்பாட்டை எப்போதும் அதனுள் கொண்டிருக்கிறது. மேலும், ஒன்றை

71 மொழியாக்கத் தத்துவத்தின் ஊடாக மத்தியக் கால சமயங்களை வாசிப்பதற்குப் பார்க்கவும்: Ramanujam (2020).

மொழியாக்கம் செய்வதன் ஊடாகவே நாம் மூலம் என்ற ஒன்றை நிலைநிறுத்துகிறோம். பார்ப்பனர் என்ற கருத்தமைவு தொடர்ந்து மொழியாக்கம் செய்யப்பட்டுத்தான் நம் சமூகத்தில் அது மூலம் என்ற அந்தஸ்தைப் பெற்றது. இதற்கான மிகச் சிறந்த எடுத்துக்காட்டு இயற்கை என்ற கருத்தாக்கம்.[72]

அரசாங்கத்தின் தயவை அல்லது வேறு எவருடைய தயவையும் ஆர்எஸ்எஸ் சார்ந்திருக்க வேண்டியதில்லை என்று கோல்வால்கர் கருதியதாக ஷர்மா எழுதுகிறார். மேலும், 'ஹெட்கேவாரை மேற்கோள் கொடுத்து ஆர்எஸ்எஸ் எவருக்கும் பதில் சொல்ல வேண்டியதில்லை என்றும், குறிப்பாக எதிர்ப்பாளர்களுக்குப் பதில் சொல்ல வேண்டியதில்லை என்றும் கோல்வால்கர் பிரகடனம் செய்கிறார்' என்கிறார் ஷர்மா.[73] ஆர்எஸ்எஸ்ஸின் லட்சியம் சந்நியாசம் என்றும், அதிகாரத்திலிருந்து விலகி இருப்பது என்றும், அதிகாரம் எப்போதெல்லாம் சிக்கலுக்கு உள்ளாகிறதோ அப்போதெல்லாம் தலையிட்டு சரிசெய்வது என்றும்தான் கோல்வால்கர் முன்வைக்கிறார். எல்லாவற்றையும்விட மிக முக்கியமானது இதுதான்: *அரசியலும் அரசாங்கமும் ஆர்எஸ்எஸ்ஸிடமிருந்து கட்டளை பெற்றுக்கொள்ளும் காலம் ஒன்று வரும்* என்று கோல்வால்கர் நம்பிக்கை கொண்டிருந்ததாக ஷர்மா எழுதுகிறார்.[74] கோல்வால்கரின் இந்த நம்பிக்கை நமக்கு ஒரு விஷயத்தை மிகத் தெளிவாக விளக்குகிறது. பார்ப்பனியத்தில் ஒரு சந்நியாசி எப்படி தர்மத்துக்கு, சமூகத்துக்கு அப்பாற்பட்டவராகத் தன்னை வரையறுத்துக்கொண்டு சமூகத்தைக் கட்டுப்படுத்துகிறாரோ அப்படியே ஆர்எஸ்எஸ்ஸை வரையறுக்கிறார். ஆர்எஸ்எஸ் சட்டத்தை ஏற்றுக்கொள்ளாது, அரசமைப்பையும் அதன் லட்சியத்தையும் ஏற்றுக்கொள்ளாது. லௌகீக வாழ்க்கைக்கு, ஜனநாயக விழுமியங்களுக்கு மதிப்பு கொடுக்காது. சுருக்கமாகச் சொல்வதென்றால், ஆர்எஸ்எஸ்ஸின் சர்சங்சாலக், இந்து சமயத்தின் 'பரமஹம்ச சந்நியாசி' ஆகிறார். ஆர்எஸ்எஸ் என்ற மடம் ஆகச் சிறந்த இந்துக்களைக் குறிக்கும் குறிப்பானாகிறது.

நவீன அரசு என்ற கருத்தாக்கம் எழுதாப் பலகையில் உருவாக்கப்பட்டதல்ல; அப்படியாக இருக்கவும் முடியாது. மேற்கத்திய அரசும் இந்திய அரசும் வடிவத்தில் ஒத்ததன்மையைக்

72 *இதுகுறித்த அற்புதமான வாசிப்புக்குப் பார்க்கவும்: Sarukkai (2002).*
73 *Sharma (2019: 77).*
74 *Ibid., pp. 75–77.*

கொண்டிருந்தாலும், பிரத்யேகப் பண்பாட்டுக் கூறுகள் ஊடாகவே அதற்கான உள்ளடக்கம் தீர்மானிக்கப்படுகிறது. எடுத்துக்காட்டாக, மதச்சார்பின்மை என்ற கோட்பாட்டை எடுத்துக்கொள்வோம். கிறிஸ்தவ மதம் என்ற நிறுவனப்பட்ட மதத்துக்கும் நவீன அரசுக்கும் இடையேயான உறவை மதச்சார்பின்மை என்ற கோட்பாட்டின் ஊடாகக் குறிப்பிட்ட முறையில் மேற்கு வரையறுக்கிறது. நாம் இங்கு அதை அப்படியே நகல் எடுத்து, தெளிவில்லாத உள்ளடக்கத்தைக் கொண்டிருக்கும் இந்து மதம் என்பதன் அடிப்படையில் மதச்சார்பின்மையை வரையறுக்கிறோம். இந்து மதம் என்று சொல்லப்படுவதை அரசியல்ரீதியான வெளிப்பாடாக நாம் பார்ப்போமானால் நாம் முன்வைக்கும் மதச்சார்பின்மைக் கோட்பாட்டில் உள்ள பிரச்சினையை நம்மால் உணர்ந்துகொள்ள முடியும். எல்லா சமயங்களிலும், இந்து சமயம் உட்பட, அடிநாதமாகச் செயல்படும் பார்ப்பனர் என்ற கருத்தமைவை மதச்சார்பின்மைக் கோட்பாட்டில் எப்படிப் பொருத்தப்போகிறோம்? தீண்டாமையை ஏன் மதச்சார்பின்மையின் பகுதியாக நாம் முன்வைக்க மறுக்கிறோம்? தீண்டாமை சமூகரீதியான வெளிப்பாடு என்றால், பார்ப்பனர் என்ற கருத்தும் சமூகரீதியான வெளிப்பாடு என்றால், நம்முடைய மதச்சார்பின்மையின் உள்ளடக்கம் என்ன?

ஆர்எஸ்எஸ் பயிற்சி முகாமில் பங்கெடுத்துக்கொண்ட அதன் உறுப்பினர் ஒருவரின் குறிப்பு நமக்குச் சில விஷயங்களைத் தெளிவுபடுத்தக்கூடும். அந்தக் குறிப்பு 'ஷாகாவில் பங்கெடுத்துக்கொள்கிறவர்கள் எல்லோரும் ஒரு சமூகத்துவத்தை [இந்து சமூகத்துவம்] சேர்ந்தவர்கள். மற்றவர்கள் எல்லோரும் சாதிகளாகவும் வர்க்கமாகவும் பிரிந்திருக்கிறார்கள்' என்கிறது. அதே குறிப்பு இவ்வாறு சொல்கிறது: 'நிலமும் மக்களும் உடலாகிறது என்றால், அரசாங்கம் அந்த உடலை மறைத்துக்கொள்ளும் ஆடையாகிறது என்றால், பண்பாடு ஆன்மாவாகிறது'.[75] குடும்பஸ்தர்களைக் கொண்டிருக்கும் மொத்தச் சமூகத்தையும் பௌதிக உடலாகப் பார்க்கிறது ஆர்எஸ்எஸ். பௌதிக உடல் அசுத்தங்களால் ஆனது. கருத்தாக்கத் தளத்தில் பௌதிக உடலை முற்றாக நிராகரிக்காமல் அசுத்தங்களை நம் பிரக்ஞையிலிருந்து நம்மால் அப்புறப்படுத்த முடியாது. இதைத்தான் ஒரு சந்நியாசி செய்கிறார். இதன் விளைவாகவே சந்நியாசி உயிரற்ற உடலைக் கொண்டிருப்பவராகிறார். இதன் நீட்சியாகத்தான், அரசமைப்பு

---

75 in Anderson and Damle (2020: 46).

தொடர்பானவையெல்லாம் அரசியல்வாதிகளின் பிரச்சினை என்கிறார் கோல்வால்கர். அதிகாரத்திலிருந்து விலகி, கட்டுப்படுத்தப்பட்ட, ஒழுங்கமைக்கப்பட்ட அமைப்பை நிறுவும் மேலான வேலையில் நாங்கள் ஈடுபட்டுள்ளோம் என்றும் கோல்வால்கர் சொல்கிறார்.[76]

'ஆர்எஸ்எஸ் சமத்துவவாத, தேசிய சமயப் பிரிவுபோல் வெளிப்படுகிறது. எதிர்காலத்தில் இது இந்து ராஷ்டிரத்தை முன்வைக்கக்கூடிய மட்கலனாகும் என்பதே அதன் நீண்ட கால லட்சியம். ஆனால், அதன் உடனடித் திட்டம் என்பது தொலைந்துபோன படிநிலையான சமூகக் கட்டமைப்பை மீட்டெடுப்பதாக இருக்கிறது' என்கிறார் ஜாஃப்ரிலா.[77] தொலைந்துபோன படிநிலை என்ன? அரசமைப்பில் பார்ப்பனர் என்ற கருத்தமைவுக்கு இடமில்லை. நவீனத்துவத்துக்கு முந்தைய இந்தியாவில் மடாதிபதிகள் அரசதிகாரத்துக்கு அப்பாற்பட்டவர்களாக இருந்து, சமூக வாழ்க்கைக்கு அப்பாற்பட்டவர்களாக இருந்து அரசதிகாரத்தையும் சமூகத்தையும் எவ்வாறு வழிநடத்தினார்களோ அதுபோல் நவீனக் காலத்திலும் இந்திய அரசையும் சமூகத்தையும் வழிநடத்த வேண்டும் என்பதுதான் ஆர்எஸ்எஸ்ஸின் நோக்கம். அதாவது, அரசதிகாரத்தைவிட ஆர்எஸ்எஸ் மேலானது என்ற படிநிலையை மீட்டெடுக்க வேண்டியுள்ளது.[78] மக்களை, சமூகத்தை, அரசை வழிநடத்தும் இடையீட்டாளர்களாக ஆர்எஸ்எஸ் இருக்கும் என்று கோல்வால்கரின் எழுத்துகள் அடிப்படையில் ஜாஃப்ரிலா இவ்வாறு முன்வைக்கிறார்: 'ஆர்எஸ்எஸ்ஸின் நோக்கம் சமூகத்தை வடிவமைப்பது, அதை 'நிலைத்திருக்க' வைப்பது, அதை 'மேம்படுத்துவது'. சமூகமும் ஆர்எஸ்எஸ்ஸும் ஒன்றையொன்று சார்ந்து இருப்பதற்கான புள்ளியை அடையும்போது, இறுதியாக சங்கத்தோடு [ஆர்எஸ்எஸ்] சமூகம் இணைந்துவிடும். இத்தகைய அர்த்தத்தில் சுயம்சேவக்குகளும் பிரச்சாரகர்களும் உண்மையான 'சமயப் பரப்பாளர்களாக' மாறிவிடுவார்கள்'.[79] சுருக்கமாகச்

76 *Sharma (2019: 67).*

77 *Jaffrelot (2020: 65).*

78 *அரசுக்கு முற்றும் முழுவதுமான அதிகாரத்தைக் கொடுக்க மறுத்த காந்தியின் நிலைப்பாட்டோடு இதை இணைத்துப்பார்க்கலாம். மார்க்ஸியமும் அரசு உதிர்ந்துபோகும் என்றுதான் சொல்கிறது. அரசு இருக்கும்வரை மானுடர்களுக்கு விடுதலை கிடையாது என்ற பார்வையும் மார்க்ஸியத்தில் உண்டு. ஆனால், அரசுக்கு வெளியே ஒரு நிறுவனப்பட்ட அதிகாரத்தை காந்தியும் முன்வைக்கவில்லை, மார்க்ஸியமும் முன்வைக்கவில்லை.*

79 *Jaffrelot (2020: 76),*

சொல்வதென்றால், இந்தியச் சமூகத்தை வழிநடத்தும் இந்து சமயமாக ஆர்எஸ்எஸ் செயல்படும். அரசாங்கமும் மக்களும் லௌகீக விஷயங்களுக்குள் சிக்கிக்கொண்டு ஒருவரோடு ஒருவர் மோதிக்கொள்ளும்போது, முரண்படும்போது, லௌகீக வாழ்க்கையின் அசுத்தங்களிலிருந்து விலகியிருக்கும் சர்சங்சாலக் ஆன்மீக வழிகாட்டியாக இருப்பார். அரசமைப்பு இந்த ஆன்மீக வழிகாட்டிக்கு அடிபணிந்து செயல்படும்.

கௌதம் பாட்டியா, 'தி ட்ரான்ஸ்பர்மேட்டிவ் கான்ஸ்ட்யூஷன்' (*The Transformative Constitution*) என்ற அவரது முக்கியமான நூலில் நம்முடைய அரசமைப்பின் முக்கியத்துவத்தை இவ்வாறு குறிப்பிடுகிறார்:

> இறையாண்மையை மையப்பட்டதாகவும், ஒற்றையதிகாரத் தன்மையிலும் புரிந்துகொண்டிருக்கும் நவீன மேற்குபோல அல்லாமல், இந்தியச் சமூகம் எப்போதும் பல அடுக்குகளான இறையாண்மை தன்மையைக் கொண்டிருக்கும் ஒன்றாகிறது. பல்வேறு வடிவங்களில் (முக்கியமாக, சாதி) சுய ஒழுங்கமைப்பிலான குழுமகங்கள் படிநிலையாக நிறுவப்பட்டுப் பராமரிக்கப்பட்டதாக இருக்கிறது. சொல்லப்போனால், சமூகப் பிரிவுகளின் உள் அமைப்பில் தலையிடுவதற்கு அரசு மட்டுப்படுத்தப்பட்ட அதிகாரமே கொண்டிருக்கிறது... அரசமைப்பை உருவாக்குவதற்குக் கொண்டுவிட்ட சுதந்திரப் போராட்டம் ஒரு முனையில் அரசியல்ரீதியான அடிமைத்தனத்திலிருந்து விடுதலை அடைவதற்கான இயக்கமாக இருந்தது என்றால், மறுமுனையில் அதே அளவுக்கு நிலப்பிரபுத்துவத்தின் பல அடுக்குகளான ஒடுக்கப்படும் கட்டமைப்புகளிலிருந்தும், காலனிய மேலாதிக்கம் அமைப்பாக்கம் செய்த கட்டமைப்புகளிலிருந்தும் சுய-நிர்ணய உரிமை பெறுவதற்கான போராட்டமாக இருந்தது.[80]

மேலும், 'பல நூற்றாண்டுகளாக இந்தக் காரணத்தாலேயே 'இயற்கையானது' என்பதாகப் பார்க்கப்படும் படிநிலையான சமூக உறவுகளை நம்முடைய அரசமைப்பு விசாரணை செய்து, அவற்றை மதிப்பிழக்கச் செய்து, இறுதியாக அவற்றை அழித்தொழிக்க முயல்வதால்'[81], ஆர்எஸ்எஸ்ஸால் இந்திய

80 *Bhatia (2019: xxv).*
81 *Ibid., pp. xxvii–xxviii.*

அரசமைப்பை எக்காலத்திலும் ஏற்றுக்கொள்ள முடியாது. ஏனெனில், அரசமைப்பு சர்சங்சாலக்கை, அதாவது 'உன்னதப் பார்ப்பன'ரைக் கொண்டிருப்பதற்கு எத்தகைய இடத்தையும் கொண்டிருக்கவில்லை. 'உன்னதப் பார்ப்பன'ரான சர்சங்சாலக்கால் அரசமைப்புக்குக் கட்டுப்பட்டும் இருக்க முடியாது. இந்த அதிகாரத்தைப் பெறுவதற்கு, அவர் மிக முக்கியமான பண்பு ஒன்றைக் கொண்டிருக்க வேண்டியுள்ளது. அதாவது, எல்லா இருமங்களுக்கும் அப்பாற்பட்டவராக அவர் தன்னை பாவித்துக்கொள்ள வேண்டியுள்ளது. இதற்கு அவர் அவரது நான்–சுயத்தை முற்றாக இழக்க வேண்டியுள்ளது. நான்–சுயத்தை இழப்பதன் ஊடாகவே அவர் 'அரசமைப்பு ரிஷி'யாக முடியும். இவ்வாறு தன்னை பாவித்துக்கொண்டால்தான் அவர் நவீன அரசையும் அரசாங்கத்தையும் வழிநடத்த முடியும்; ஜனநாயக அரசியலைக் கட்டுப்படுத்த முடியும். இந்து சமயத்தை ஏற்றுக்கொள்ளும் சுயம்சேவக்குகள் இந்த 'உன்னதப் பார்ப்பன'ரைக் குறிக்கும் குறிப்பான்களாக ஆகிறார்கள். ஆர்எஸ்எஸ்ஸும் சமூகமும் ஒன்றென ஆன பிறகு மொத்தச் சமூகம் இந்த 'உன்னதப் பார்ப்பன'ரைக் குறிக்கும் குறிப்பானாக மாறும். மக்கள் சுயம்சேவக்குகளுக்குக் கட்டுப்பட்டிருப்பார்கள். சுயம்சேவக்குகள் ஆர்எஸ்எஸ் முழுநேர ஊழியர்களுக்குக் கட்டுப்பட்டிருப்பார்கள். ஆர்எஸ்எஸ் முழுநேர ஊழியர்கள் சர்சங்சாலக்குக்குக் கட்டுப்பட்டிருப்பார்கள். இந்தப் படிநிலையான கட்டமைப்பே சமூகத்தை வழிநடத்தும்; கட்டுப்படுத்தும். தர்மத்தைத் தீர்மானிக்கும், சரி/தவறுகளை வரையறுக்கும். மொத்தத்தில், மக்களும் சமூகமும் ஆர்எஸ்எஸ்ஸுக்கு அடிபணிந்து இருப்பார்கள். மரபான சமய மடங்கள் ஆர்எஸ்எஸ் என்ற இந்து மடத்தின் கட்டுப்பாட்டில் இருக்கும்.

நாம் தொடக்கத்தில் கேட்டுக்கொண்ட கேள்விகளை மீண்டும் இங்கு கேட்டுக்கொள்வோம். ஏன் ஆர்எஸ்எஸ் ஒரு அரசியல் கட்சியாகச் செயல்பட முடியவில்லை? ஏன் அதற்கு பா.ஜ.க., வி.ஹெச்.பி. போன்ற எண்ணற்ற துணை அமைப்புகள் அவசியமாகிறது? இதற்கு ஒரு காரணம், ஆர்எஸ்எஸ் எல்லாச் சமூக முரண்பாடுகளுக்கு அப்பால் தன்னைப் பொறுத்திக்கொள்ள வேண்டியுள்ளது. அன்றாட சமூகப் பிரச்சினைகள் குறித்து அது கருத்து ஏதும் கூற முடியாது. எடுத்துக்காட்டாக, மாநிலங்களுக்கு இடையேயான நதிநீர் பிரச்சினையை எடுத்துக்கொள்வோம். ஒற்றையதிகார இந்தியாவைக் கற்பனை செய்யும் ஆர்எஸ்எஸ் மாநிலங்களுக்கு இடையேயான பிரச்சினையைத் தீர்க்க வழிமுறைகளை முன்வைக்க

வேண்டும். ஆனால், பிரச்சினை என்னவென்றால் இதில் கருத்துகூறி பங்கெடுத்துக்கொண்டால், அது நடைமுறைத் தேவைக்கு உட்பட்டதாக இருக்க வேண்டும். மேலும், அது விமர்சனரீதியாக அணுகப்படும். ஆர்எஸ்எஸ் அதன் நிலைப்பாடு குறித்து விளக்கங்களைக் கொடுக்க வேண்டியிருக்கும். அவ்வாறு கொடுக்கும்போது ஜனநாயகரீதியான எதிர்ப்புகளுக்கு அது முகங்கொடுக்க வேண்டியிருக்கும். இப்படியெல்லாம் அன்றாடத்தன்மையில் பங்கெடுத்துக்கொண்டே அதன் தெய்வீகத்தன்மையை, சமூக மேலாண்மையைத் தக்கவைத்துக்கொள்ள முடியாது. அதனால்தான் ஆர்எஸ்எஸ் அரசியலை, பொருளாதாரத்தை, மத நம்பிக்கைகளை மற்றும் இதுபோன்றவற்றைத் துணை அமைப்புகளுக்கு மடைமாற்றிவிடுகிறது. நம் சமூகத்தில் தீண்டாமை எவ்வாறு மடைமாற்றிவிடப்படுகிறதோ அதற்கு நிகரானதாக இது இருக்கிறது. ஆர்எஸ்எஸ்ஸுக்கும் அதன் துணை அமைப்புகளுக்கும் இடையேயான உறவு குறித்து கேல்கர் இவ்வாறு எழுதுகிறார்: ‘புதிய அமைப்புகளுக்கு ஆட்களை அனுப்பிவைத்த பின் அந்த அமைப்புகளை கோல்வால்கர் வேறாகப் பார்த்தார். உண்மையிலேயே அந்த அமைப்புகளிலிருந்து தனிப்பட்ட முறையில் மட்டுமல்லாமல், பொதுத் தளத்தில் அதனிடமிருந்து தன்னைத் துண்டித்துக்கொண்டார். இந்த அமைப்புகளை அவர் ‘விசித்திரமானவை’யாகப் பார்த்ததோடு, அந்த அமைப்புகள் மேல் நம்பிக்கை ஏதும் அவர் கொண்டிருக்கவில்லை’.[82] இதை ஷர்மா மிக அழகாக விவரிக்கிறார்: ‘துணை அமைப்புகளோடு ஆர்எஸ்எஸ் கொண்டிருக்கும் உறவு என்பது, பகவத் கீதை விளக்குவதுபோல, இருத்தியலோடு பகவான் கிருஷ்ணன் கொண்டிருக்கும் உறவுக்கு நிகரானதாக இருக்கிறது: இருப்பவை அனைத்திலும் நான் இருக்கிறேன். இருப்பவை அனைத்தும் என்னிடம் இருக்கின்றன. ஆனால், அவை எதிலும் நான் இல்லை. அவை எதுவும் என்னிடம் இல்லை’.[83] ஆர்எஸ்எஸ்ஸுக்கும் அதன் துணை அமைப்புகளுக்கும் இடையேயான உறவு இத்தகையதுதான். பார்ப்பனர்கள் ‘உன்னதத் தீண்டப்படாதவர்’களாக[84] இருப்பதைத் தவிர்க்கும் விதமாகத் தீண்டாமையை எவ்வாறு மற்றவர்களுக்கு மடைமாற்றிவிடுகிறார்களோ, அதற்கு நிகராக ஆர்எஸ்எஸ் எல்லா ‘அழுக்குகளையும்’, ‘அசுத்தங்களையும்’ அதன் துணை

82 *Kelkar (2011: 50).*
83 *Sharma (2019: 75).*
84 *Guru and Sarukkai (2014); குரு, சருக்கை (2020).*

அமைப்புகளுக்கு மடைமாற்றிவிடுகிறது. இதன் மூலம் அதன் புனிதத்தைத் தக்கவைத்துக்கொள்கிறது.

'சுயம்சேவக்குகள் சாதாரண மக்கள் போன்றவர்கள். மரபான பூசாரிகளின் நடவடிக்கைகள் எந்த அளவுக்கு முக்கியத்துவம் வாய்ந்ததோ அந்த அளவுக்கு மட்டுமே சுயம்சேவக்குகளின் நடவடிக்கைகள் முக்கியத்துவம் வாய்ந்ததாகின்றன' என்கிறார்கள் ஆண்டர்சனும் டாம்லேவும்.[85] இவர்களே, பல ஆர்எஸ்எஸ் தலைவர்கள் அமைப்பின் நடவடிக்கைகளை உபநயன சம்காரோடு (பூணல் அணிவிப்பது) ஒப்பிடுகிறார்கள். இது மிக முக்கியமான பண்பாட்டு நடவடிக்கையாகிறது.[86] பார்ப்பனக் குமுகத்தில் பூணல் அணிவிப்பது அந்த ஆண் அந்தக் குமுகத்து உறுப்பினராகிறார் என்பதைக் குறிப்பதாகிறது. பூணல் அணிவித்த அந்தத் தருணத்திலிருந்து ஒருவர் தன்னைப் பார்ப்பனராக பாவித்துக்கொள்ளத் தொடங்குகிறார். இதற்கு நிகராக ஆர்எஸ்எஸ்ஸில் சாதாரண சுயம்சேவக்குகள் பிரச்சாரகராக (திருமணம் செய்துகொள்ளாத முழுநேர உறுப்பினர்) மாறும்போது ஓர் உறுதிமொழியை எடுத்துக்கொள்ள வேண்டியுள்ளது. உறுதிமொழியை எடுத்துக்கொள்ளும் அந்தத் தருணத்திலிருந்து அவர் தன்னை சந்நியாசியாக பாவித்துக்கொள்கிறார். ஓர் இந்துவாகிறார். இன்னும் சொல்லப்போனால் ஓர் இந்து சந்நியாசியாகிறார். அதாவது, அந்தத் தருணத்தில் அவருடைய நான்-சுயத்தை இழக்கிறார். ஆர்எஸ்எஸ்ஸின் இத்தகைய மேட்டுக்குடிப் பார்வையை விமர்சித்து, 'நம் சமூகத்தில் மிகத் திடமாகச் செயலாற்றும் சமயரீதியான, சமூகரீதியான தடைகளுக்கு எதிராக' ஆர்எஸ்எஸ் செயல்படும் என்பதற்கு என்ன உத்தரவாதம் இருக்கிறது என்று கேட்கிறார் கேல்கர். மேலும் இவர், 'நீங்கள் சந்நியாசிபோல வெளிப்படுகிறீர்கள். உங்களுடைய புறவெளிப்பாடும் மொழியும் உங்களை சந்நியாசிபோல வெளிப்படுத்துகிறது. மேலும், உங்களுடைய அமைப்பில் இருக்கும் முக்கியமான நிர்வாகிகள் எல்லோரும் உயர் சாதியினராக இருக்கிறார்கள். இருந்தும், மக்கள் உங்களை நேசிக்க வேண்டும் என்றும், அவர்கள் இந்து என்ற உருப்படியின், அதாவது அதன் புலப்படக்கூடிய நவீன வடிவமாக இருக்கும் ஆர்எஸ்எஸ்ஸின் பகுதியாகத் தங்களைக் கருதிக்கொள்ள வேண்டும் என்றும் எப்படி நீங்கள் எதிர்பார்க்கிறீர்கள்' என்று விமர்சிக்கிறார்.[87] ஆர்எஸ்எஸ் அரசு விவகாரங்களையும் சமூகத்தையும்

85 *Anderson and Damle (2020: 28).*
86 *Ibid., p. 35.*
87 *Kelkar (2011: 84).*

எத்தகைய சுய ஆதாயமும் இல்லாமல் கட்டுப்படுத்திய சதூர் வர்ண அடிப்படையிலான தன்னலமற்ற பார்ப்பனர் என்ற உருவத்தைக் கொண்டாடுகிறது என்றும், இதை ஒருவர் மிகச் சாதாரணமாக உணர்ந்துகொள்ள முடியும் என்றும் சொல்கிறார் கேல்கர்.[88] எல்லாவற்றுக்கும் மேலாக, அரசு இறையாண்மையும் ஜனநாயகமும் இந்தச் சமூகத்தில் நிலைத்திருக்கப்போவதால், 'இந்த விழுமியங்களை ஆர்எஸ்எஸ் எவ்வாறு பார்க்கிறது' என்று கேட்கவும் செய்கிறார்.[89] கேல்கர் சில அனுமானங்கள் அடிப்படையில் ஆர்எஸ்எஸ் குறித்து சில நியாயமான கேள்விகளை முன்வைக்கிறார். அவரது எதிர்பார்ப்பு ஒரு சுதந்திரவாத வலதுசாரி இயக்கமாக ஆர்எஸ்எஸ் செயல்பட முடியும் என்ற அனுமானத்தைக் கொண்டிருக்கிறது. ஆனால், பிரச்சினை என்னவென்றால் கேல்கர் பார்ப்பனர்களைத் தனிநபர்களாகப் பார்க்கிறார். பார்ப்பனியத்தின் உள்ளார்ந்த உரையாடலிலிருந்து அவர் ஆர்எஸ்எஸ்ஸை அணுகவில்லை. ஆர்எஸ்எஸ்ஸின் உலகப் பார்வை கோல்வால்கர் போன்றோரின் போதாமையால் உருவானதல்ல. இவ்வாறு பார்ப்பது பிரச்சினையின் தீவிரத்தை மட்டுப்படுத்துவதாகிறது. ஆர்எஸ்எஸ்ஸுக்கு கோல்வால்கர் சில ஆழமான அடிப்படைகளை உருவாக்கிக்கொடுத்திருக்கலாம். ஆனால், அந்த அடிப்படைகள் கோல்வால்கரோடு மட்டுப்படுத்தப்பட்டது அல்ல. எவ்வாறு சமயம்/சாதி மடங்களை நம்மால் ஜனநாயகப்படுத்த முடியாதோ அதற்கு நிகராக ஆர்எஸ்எஸ் என்ற இந்து மடத்தையும் நம்மால் ஜனநாயகப்படுத்த முடியாது. மதச்சார்பின்மை என்ற நடைமுறையில் நாம் திரும்பத் திரும்பத் தோற்றுக்கொண்டிருக்கும் பின்னணியில் சொல்வதென்றால், இந்தியாவில் மதச்சார்பின்மை என்பது சமயம்/சாதி மடங்களுக்கும், இந்து மடமான ஆர்எஸ்எஸ்ஸுக்கும் நவீன அரசோடு, அரசாங்கத்தோடு, சமூக வாழ்க்கையோடு இருக்கும் பிணைப்பைத் தீவிர விசாரணைக்கு எடுத்துக்கொள்வதாகத்தான் இருக்க முடியும். நம் வாழ்க்கையில் புலப்படாததாக, ஆனால் பெரும் அதிகாரம் கொண்டிருக்கும் சமயம்/சாதி மடங்களை, இந்து மடங்களை நாம் புலப்படக்கூடியதாக ஆக்குவதோடு அவற்றைத் தத்துவார்த்தரீதியாகவும் சமூகரீதியாகவும் அரசியல்ரீதியாகவும் எதிர்கொள்ள வேண்டியிருக்கிறது.

88 *Ibid., p. 85.*
89 *Ibid., p. 253.*

முடிவுரையாக

பார்ப்பனர் என்ற கருத்தமைவு பல நூற்றாண்டுகளாகப் பார்ப்பன அறிவுஜீவிகளால் தொடர்ந்து நிலைநிறுத்தப்பட்டுவருகிறது. விசித்திரமாக, பார்ப்பனர் என்ற கருத்தமைவை விமர்சித்த பௌத்தம், சமணம், மத்தியக் காலத்தில் தோன்றிய சமயங்கள் எல்லாமே ஸ்தூலமான பார்ப்பனர்கள் கோரியதை எதிர்த்தன என்றாலும், பார்ப்பனர் என்ற கருத்தமைவு தக்கவைக்கப்படுவதற்குப் பங்காற்றியுள்ளன. மத்தியக் காலத்திலிருந்து, குறிப்பாக சங்கரருக்குப் பிறகாக, பார்ப்பனர் என்ற கருத்தமைவு தீண்டா என்ற மீபௌதிகப் புலன் சார்ந்து கட்டமைக்கப்பட்டுள்ளது. இந்தச் சமூகத்தில் பார்ப்பனியமானது தீண்டாமை என்ற ஊனத்தின் ஊடாகவே நிலைநிறுத்தப்படுகிறது. ஆனால், நவீன அரசமைப்பானது பார்ப்பனர் என்ற கருத்தமைவு சார்ந்து வடிவமைக்கப்பட்டிருக்கும் ஒன்றல்ல. அரசமைப்பானது பார்ப்பனியத்தின் இன்றியமையாத பகுதியாக இருக்கும் தீண்டாமையைக் குற்றமாக வரையறுக்கிறது. பார்ப்பனர் என்ற கருத்தமைவைத் தற்காலத்துக்கு ஏற்றாற்போல் நிலைநிறுத்த முயலும் ஆர்எஸ்எஸ்ஸானது ஜனநாயக மறுப்பை உள்ளார்ந்து கொண்டிருக்கிறது. அதேசமயத்தில், இடதுசாரி இயக்கங்களும் பார்ப்பனரல்லாதார் இயக்கங்களும் தலித் இயக்கங்களும் காந்தியவாதிகளும் மதச்சார்பின்மைவாதிகளும் தாராளவாதிகளும் ஆர்எஸ்எஸ்ஸை எதிர்ப்பதற்கு மதச்சார்பின்மைக் கோட்பாட்டின் உள்ளடக்கத்தைத் தெளிவுபடுத்த வேண்டியுள்ளது. ஆர்எஸ்எஸ் முன்வைக்கும் இந்து என்ற கருத்தாக்கத்தை அரசியல்ரீதியாக எதிர்த்தால் மட்டும் போதாது. ஏனெனில், மரபான சமயம்/சாதி மடங்களிலிருந்துதான் ஆர்எஸ்எஸ் அதற்கான தார்மீகப் பலத்தைப் பெற்றுக்கொள்கிறது.

ஆக, நாம் மதச்சார்பின்மையின் பகுதியாகவும், சாதி ஒழிப்பின் பகுதியாகவும் மரபான சமயம்/சாதி மடங்களையும் சேர்த்து எதிர்க்க வேண்டியுள்ளது. சமயம்/சாதி மடங்கள் வேதாந்தம் குறித்தும், தத்துவம் குறித்தும் பங்களித்திருக்கின்றன என்பதை மறுக்கவில்லை. இந்த சமயங்கள் மையமாக இருந்த சம்ஸ்கிருதத்தை அங்கிருந்து அப்புறப்படுத்தின என்பதையும் நான் ஏற்றுக்கொள்கிறேன். அதேசமயத்தில் தீண்டாமையை ஒரு தொழில்நுட்பமாக மாற்றின. நாம் இவற்றையெல்லாம் இன்னும் சமூகரீதியாகவோ தத்துவார்த்தரீதியாகவோ வாசிப்புக்கு எடுத்துக்கொள்ளவில்லை. இங்கு சமயம்/சாதி மடங்களின் சமூகப் பண்பு குறித்து மட்டுமே

நான் கவனம் குவிக்கிறேன். மேலும், வெறுமனே கடவுள் மறுப்பும், அரசியல்ரீதியான பார்ப்பனர்கள் எதிர்ப்பும் போதுமானதாக இல்லை. கடவுள்களும் கோயில்களும் சமூகத்தின் பகுதியாக இருப்பதால் நாம் அவற்றைச் சீர்திருத்த முடியும், ஜனநாயகப்படுத்த முடியும். இந்து என்ற கருத்தாக்கத்தை நாம் ஜனநாயகப்படுத்த நினைத்தால் நாம் காந்தியிடமிருந்து தொடங்க வேண்டியுள்ளது. தீண்டாமையை எழுவாயின் ஊனமாகப் பார்க்க வேண்டும். அதைத் தொடர்ந்து சமூகரீதியாகவும் அரசியல்ரீதியாகவும் மடைமாற்றிவிடுவது நம்முடைய மூடுண்டத் தன்மையின் வெளிப்பாடாகவே இருக்கும். இந்து அடிப்படைவாதத்திலிருந்து தங்களை வேறுபடுத்திக் காட்டிக்கொள்ள முயலும் தாராளவாதிகளும் ஜனநாயகவாதிகளும் மதச்சார்பின்மைவாதிகளும் தீண்டாமைக்கு எதிரான காந்தியின் தீவிரத்தை ஒதுக்கித்தள்ளிவிட்டு பன்முகத்தன்மையிலான இந்து மதம் ஒன்று இருப்பதாக மார்தட்டிக்கொள்வது மறைமுகமாக ஆர்எஸ்எஸ்ஸுக்குத்தான் சாதகமாக இருக்கிறது. இதற்கு சசி தரூர் போன்றவர்களை எடுத்துக்காட்டாகச் சொல்லலாம். இத்தகையவர்கள் தீண்டாமை ஊனத்தை மூடிமறைத்து, வேதங்களையும் உபநிடதங்களையும் ராமாயணத்தையும் மகாபாரதத்தையும் பகவத் கீதையையும் சங்கரரையும் ராமானுஜரையும் பசவண்ணரையும் கபீரையும் பன்முகத்தன்மையிலான இந்து மதத்தின் பிரநிதிகளாக முன்வைக்கிறார்கள். ஆர்எஸ்எஸ்ஸும் இதையேதான் செய்கிறது. தீண்டாமைப் பிரச்சினையை நாம் மையப்படுத்தாமல் ஒற்றைத்தன்மையிலான ‘நாம் இந்து’ என்ற கருத்தாக்கத்தை எதிர்க்க முடியாது. சசி தரூர் போன்ற தாராளவாதிகளும் இடதுசாரிகளும் பிற முற்போக்காளர்களும் தீண்டாமையை, படிக்காத மக்களுக்கானதாக, சாதிய மனோபாவம் கொண்டிருக்கும் மக்களுக்கானதாக மடைமாற்றிவிடுகிறார்கள். இத்தகையவர்கள் முன்வைக்கும் ‘நான்’, முதலீட்டியம் முன்வைக்கும் தனிநபர்வாத அடிப்படையிலான ‘நான்’தானே தவிர, தீண்டாமை என்ற சுய-ஊனத்தை ஏற்றுக்கொள்ளும் அறரீதியான ‘நான்’ அல்ல. அதாவது, ஆர்எஸ்எஸ் எவ்வாறு தீண்டாமையைக் குடும்பஸ்தர்களுக்கு மடைமாற்றிவிடுகிறதோ அதற்கு நிகராக ஜனநாயகவாதிகளும் தாராளவாதிகளும் முற்போக்குவாதிகளும் பழமைவாதிகளுக்கு மடைமாற்றிவிடுகிறார்கள். தீண்டாமைப் பிரச்சினையைச் சட்டத்தின் மூலம் தீர்த்துவிட முடியும் என்று நம்புவதில் அர்த்தமில்லை என்று நமக்கெல்லாம் தெரியும். தீண்டாமை குறித்து மதச்சார்பின்மைவாதிகள், தாராளவாதிகள் மத்தியில் காணப்படும் இந்தப் போதாமையானது வலதுசாரிகளுக்கு சாதகமாக மாறுகிறது.

தீண்டாமையை எழுவாயின் பண்பாகப் பார்ப்பது, நமக்குள் பார்ப்பனர் என்ற கருத்தமைவு எத்தகைய வடிவத்தில் செயலாற்றுகிறது என்பதை நாம் உணர்ந்துகொள்ள வழிவகுக்கிறது. மேலும், தீண்டாமையானது தீண்டுவது என்பதோடு மட்டுப்படுத்திக்கொள்ளக்கூடியதல்ல. அது அறிவார்த்தரீதியாகவும் சமூகரீதியாகவும் பண்பாட்டுரீதியாகவும் நம்மை மூடுண்டவர்களாக மாற்றுகிறது. என்னுடைய புரிதலில் சாதி ஒழிப்பு என்ற லட்சியமும், மதச்சார்பின்மை என்ற கோட்பாடும் சமூகரீதியாகவும் பண்பாட்டுரீதியாகவும் (வெறுமனே அரசியல்ரீதியாக மட்டுமல்லாமல்) செயல்பட வேண்டும் என்றால், நாம் மரபான சமயம்/சாதி மடங்களை — அது பார்ப்பனச் சாதி மடமாக இருந்தாலும், பார்ப்பனரல்லாதார் சாதி மடமாக இருந்தாலும், தலித் சாதி மடமாக இருந்தாலும் — சமூகரீதியாகவும் அரசியல்ரீதியாகவும் எதிர்க்க வேண்டியுள்ளது. இந்த மடங்களைப் புலப்படக்கூடியதாக்க வேண்டியுள்ளது. ஆர்எஸ்எஸ் முன்வைக்கும் இந்துத்துவம் என்ற கோட்பாட்டை நாம் ஸ்தூலமான பார்ப்பனர்களோடு மட்டுப்படுத்திப் பார்ப்பதில் அர்த்தமில்லை. அதுபோல இந்துத்துவமானது பழமைவாதமும் இல்லை. அது நவீன தேசிய அரசோடு இணைந்த ஒன்று. சாதிகளுக்கு இடையேயான சமூகரீதியான, பண்பாட்டுரீதியான, பொருளாதாரரீதியான ஏற்றத்தாழ்வுகளை நாம் எந்த அளவுக்கு விசாரணை செய்கிறோமோ அதே அளவுக்கு நாம் சமயம்/சாதி மடங்களையும், இந்து மதமான ஆர்எஸ்எஸ்ஸையும் விசாரணை செய்ய வேண்டியுள்ளது. தீண்டவியலா என்ற நம்முடைய சமூக ஊனத்தை நம் பிரக்ஞைக்கு நாம் கொண்டுவர வேண்டியுள்ளது.

இறுதியாக சமத்துவம், சமூகநீதி, குடியுரிமை போன்ற கருத்தாக்கங்களின் அடிப்படையில் செயல்படும் தற்காலத்தை ஆர்எஸ்எஸ் எவ்வாறு பார்க்கிறது என்பதற்கு கௌதம் பாட்டியா கவித்துவமான வரிகளை நமக்கு உருவாக்கிக்கொடுக்கிறார். அரசமைப்பு அடிப்படையிலிருந்து கௌதம் பாட்டியா நம்முடைய கடந்த காலத்தை இவ்வாறு வரையறுக்கிறார்: 'கடந்த காலம் ஓர் அந்நிய நாடு'.[90] இதை நீட்டித்துச் சொல்வதென்றால், ஆர்எஸ்எஸ்ஸுக்குத் தற்காலம் ஓர் அந்நிய நாடாகிறது.

90 Bhatia, (2019: xviii)

பிளவுபட்ட தன்னிலைகள்

நவீன சுயம், சாதிய சுயம் குறித்து சில முன்வைப்புகள்

அரசியல்ரீதியான பார்ப்பனர், பார்ப்பனரல்லாதார், தலித் ஆகிய நவீனக் கருத்தாக்கங்களினுடைய சமூக இருப்பின் சில பண்புகள் குறித்து இந்தக் கட்டுரையில் பகிர்ந்துகொள்கிறேன். இந்தக் கருத்தாக்கங்கள் அவற்றுள் உள்ளடக்கியிருக்கும் மனிதர்கள், குழுகங்கள், குழுமங்கள் கொண்டிருப்பதைவிட 'உபரி'யாக எதையோ கொண்டிருக்கின்றன. எல்லா வகைமைகளும் கருத்தாக்கங்களும் 'உபரி'யாக எதையோ கொண்டிருக்கின்றன. இந்த உபரியின் ஊடாகவே கருத்தாக்கங்கள் அடிப்படையிலான நாம்-சுயம் உருப்பெறுகிறது. இந்து என்ற கருத்தாக்கம் அதன் உள்ளடக்கமாகப் பார்ப்பனியத்தையும் தேசியவாதத்தையும் கொண்டிருக்கிறது என்று முந்தைய கட்டுரையில் பார்த்தோம். இந்தக் கருத்தாக்கம் வேத மரபையும், உபநிடத மரபையும் மத்தியக் காலத்தில் தோன்றிய பல்வேறு சமயங்களையும் உள்ளிணைத்துக்கொண்டு அரசியல்ரீதியாக ஒரு தொகுப்பாக அதை வெளிப்படுத்திக்கொள்ள முயல்கிறது. பார்ப்பனரல்லாதார், தலித் ஆகிய கருத்தாக்கங்கள் சமுகநீதி, சமத்துவவாதம் ஆகிய உள்ளடக்கங்களைக் கொண்டிருக்கின்றன. மேலும்,பார்ப்பனரல்லாதார், தலித் ஆகிய கருத்தாக்கங்கள் முற்றிலும் நவீனக் கருத்தாக்கங்கள் என்றால் பார்ப்பனர் என்பது மரபான உள்ளடக்கதையும் நவீன உள்ளடக்கத்தையும் கொண்டிருப்பதாகிறது. இதை வேறுபடுத்திக்காட்ட பண்பாட்டுரீதியான பார்ப்பனர் என்ற கருத்தமைவு என்றும், அரசியல்ரீதியான பார்ப்பனர் என்ற கருத்தமைவு என்றும் உபயோகிக்கிறேன். அரசியல்ரீதியான பார்ப்பனர் என்ற கருத்தாக்கம் குறைந்தபட்சம் இந்திய தேசியவாதத்தை அதன் உள்ளடக்கமாகக் கொண்டிருக்கிறது. இது பார்ப்பனச் சாதிகளோடு இணைந்தும் விலகியும் அதற்கென்ற இருப்பைக் கொண்டிருக்கிறது. அதுபோலவே பார்ப்பனரல்லாதார், தலித் ஆகிய கருத்தாக்கங்களும்கூட பார்ப்பனரல்லாத சாதிகளோடும் தலித் சாதிகளோடும் இணைந்தும் விலகியும் அதற்கென்ற இருப்பைக்

கொண்டிருக்கின்றன. இவை, அதாவது அரசியல்ரீதியான பார்ப்பனர், பார்ப்பனரல்லாதார், தலித் ஆகிய நவீனக் கருத்தாக்கங்கள் அவற்றுக்கென நேர்க்கோட்டிலான, தொடர்ச்சியான ஒரு கடந்த காலத்தை உருவாக்கிக்கொள்ள வேண்டியுள்ளது. வேறு வார்த்தைகளில் சொல்வதென்றால், இந்து என்ற கருத்தாக்கம் ஒன்றோடொன்று முரண்பட்டுத் தோன்றிய பல்வேறு சமயங்கள்/சாதிகளின் வேறுபட்ட தன்மைகளை மறுதலிக்க வேண்டியுள்ளதுபோலவே அரசியல்ரீதியான பார்ப்பனர், பார்ப்பனரல்லாதார், தலித் ஆகிய கருத்தாக்கங்கள் அவை உள்ளடக்கியிருக்கும் சாதிகளின் வேறுபட்ட தன்மைகளைப் பின்னுக்குத் தள்ள வேண்டியுள்ளது. 'நாம்' என்ற கருத்தாக்கம் உள்ளியல்பாக இணைத்துக்கொள்ளும் பண்பைக் கொண்டிருப்பதுபோல எல்லைகளையும் கொண்டிருக்கிறது என்று முந்தைய கட்டுரையில் பார்த்தோம். இந்த நவீனக் கருத்தாக்கங்கள் அடிப்படையிலான 'நாம்' சிலவற்றை உள்ளிணைத்துக்கொள்ள வேண்டியுள்ளது; சிலவற்றை அதன் எல்லைக்கு வெளியே வைக்க வேண்டியுள்ளது. இந்தக் கருத்தாக்கங்கள் அவற்றுக்கென சுயங்களைக் கொண்டிருக்கின்றன. இந்தச் சுயங்கள் சமூகரீதியாகவும் அரசியல்ரீதியாகவும் தனித்தன்மையோடு அவற்றை வெளிப்படுத்திக்கொள்கின்றன. அதாவது, பார்ப்பனர் என்ற நாம்-சுயம் தேசிய அரசைச் சார்ந்திருக்கிறது என்றால் பார்ப்பனரல்லாதார், தலித் ஆகிய நாம்-சுயங்கள் ஜனநாயக விழுமியங்களைச் சார்ந்திருக்கின்றன. இந்த நாம்-சுயங்கள் அரசியல்ரீதியாகவே அவற்றை வெளிப்படுத்திக்கொள்கின்றன. மறுபுறத்தில், சமயம்/சாதி அடிப்படையிலான நாம்-சுயங்கள் சமூகரீதியாகவும் பண்பாட்டுரீதியாகவும் அவற்றை வெளிப்படுத்திக்கொள்கின்றன. இவ்விரண்டு தளத்திலான நாம்-சுயங்களுக்கு இடையேயான இறுக்கத்தில் நான்-சுயம் பின்னுக்குத் தள்ளப்படுகிறது. இவ்விரண்டு நாம்-சுயங்களும் ஒரு எழுவாயோடு இணைக்கப்பட்டே செயலாற்றுகின்றன. இவை பிளவுபட்ட தன்னிலைகளை உருவாக்குகின்றன. அதாவது, அரசியல்ரீதியான தன்னிலை, சமூக, பண்பாட்டுரீதியான தன்னிலை என்று பிளவுபட்டு ஒரு எழுவாய்க்குள்ளிருந்து செயலாற்றுகின்றன. இவ்வாறு பிளவுபட்ட தன்னிலைகளை இணைக்கும் புள்ளியாக அறரீதியான நான்-சுயம் மட்டுமே இருக்க முடியும். இந்த அறரீதியான நான்-சுயத்தின் ஊடாகவே நாம் எத்தகைய நாம்-சுயத்தின் பகுதியாக இருக்கிறோமோ அதைப் பண்புரீதியான மாற்றத்துக்கு உள்ளாக்க முடியும்.

பார்ப்பனரல்லாதார், தலித் ஆகிய அரசியல்ரீதியான நாம்–சுயங்கள் இந்தச் சமூகத்தில் அசாதாரணமான மாற்றத்தை ஏற்படுத்தியுள்ளன. இத்தகைய நாம்–சுயங்கள் ஊடாகவே இந்தச் சமூகம் ஜனநாயக விழுமியங்களான குடியுரிமை, சமத்துவம், சமூகநீதி போன்றவற்றைத் தன்வயப்படுத்திக்கொண்டுள்ளது. மேலும், ஒரு எழுவாய் பல நாம்–சுயங்களைக் கொண்டிருக்க முடியும் என்பதை நாம் ஏற்றுக்கொள்ள வேண்டியுள்ளது. ஒரே சமயத்தில் 'நாம்–இந்தியர்', 'நாம்–தமிழர்', 'நாம்–(இந்த அல்லது அந்த) சாதி', 'நாம்–(இந்த அல்லது அந்த) சமயம்' என்று பல 'நாம்'களாக நாம் இருக்க முடியும். ஒரு தனிமனிதர் பல சமூகத்துவங்களின்[1] பகுதியாக இருக்க முடியும் என்கிறார்கள் குருவும் சருக்கையும். இந்தச் சமூகத்துவங்கள் அதன் பகுதியாக இருக்கும் தனிமனிதர்களைக் கடந்து, தன்னிலைகளைக் கடந்து அவற்றுக்கான தன்னாட்சி பெற்றிருக்கும் இருப்பைக் கொண்டிருக்கின்றன. எடுத்துக்காட்டாக, சாதிகள் முகவர் அற்ற அதிகாரம் கொண்டிருப்பதாக குருவும் சருக்கையும் வரையறுக்கிறார்கள்.[2] குடும்பம் என்ற கருத்தாக்கம் கொண்டிருக்கும் அதிகாரமும் முகவர் அற்றதுதான். நாம் குடிநபர் என்ற அடிப்படையிலான தனிநபருக்கும், நாம்–குடும்பம்,

1 சமூகத்துவம் என்ற சொல் சோஷியல் என்ற அர்த்தத்தில் பயன்படுத்தப்படுகிறது. சமூகம் (சொஸைட்டி) என்பது ஒரு தொகுப்பு. அது பருண்மையானது. சோஷியல் என்ற ஆங்கிலச் சொல் (Pertaining to the interaction humans have with one another, either as individuals or in groups) ஒரு நபர் பிற மனிதர்களோடு தனிமனிதராகவோ குழுமமாகவோ உறவுகொள்வதைக் குறிக்கிறது. நான் இங்கு இந்தச் சொல்லை கோபால் குருவும் சுந்தர் சருக்கையும் உபயோகிக்கும் அர்த்தத்தில் (The everyday social is life as lived every day, by individuals who function within relationships with other individuals) உபயோகிக்கிறேன். அதாவது, 'அன்றாடச் சமூகத்துவம்' (எவ்ரிடே சோஷியல்) என்ற அர்த்தத்தில் உபயோகிக்கிறேன். அன்றாடத்தன்மையிலான சமூகத்துவங்கள் முகவர் அற்ற அதிகாரத்துக்குக் கட்டுப்பட்டுச் செயலாற்றுகின்றன என்கிறார்கள் குருவும் சருக்கையும். இத்தகைய அதிகாரத்துக்கு ஒரு குறிப்பிட்ட சூழலில் யார் உருவகம் கொடுக்கிறார்கள் என்பது மாறிக்கொண்டே இருக்கும். எடுத்துக்காட்டாக, நம்முடைய தாய், தந்தைகூட அத்தகைய உருவத்தைப் பெறலாம். இந்தத் தொகுப்பில் இதற்கான எடுத்துக்காட்டுகள் பல உள்ளன. நாமேகூட அத்தகைய அதிகாரத்துக்கு உருவம் கொடுக்கலாம். இதற்கும் இந்தத் தொகுப்பில் பல எடுத்துக்காட்டுகள் உள்ளன.

2 Guru and Sarukkai (2019).

நாம்–சாதி ஆகியவற்றுக்கும் இடையேயான உறவைச் சுருக்கமாக பார்ப்போம்.[3]

ஒரு தனிநபர் அவருக்கும் அவரது குடும்பத்துக்கும் இடையேயான உறவை எவ்வாறு வெளிப்படுத்த முடிகிறது என்பது முக்கியமாகிறது. ஒரு தனிநபர் 'நானும் குடும்பமும்' என்று முன்வைப்பதில்லை; 'நானும் என் குடும்பமும்' என்றே முன்வைக்க வேண்டியுள்ளது. அதுபோலவே 'நானும் என் வாழ்க்கையும்', 'நானும் என் அனுபவங்களும்' என்றுதான் சொல்கிறோமே தவிர 'நானும் வாழ்க்கையும்', 'நானும் அனுபவங்களும்' என்று சொல்வதில்லை. ஏன்? இவ்விரண்டு சொற்களுமே, அதாவது 'நான்', 'என்' இரண்டுமே தன்னிலை சார்ந்த ஒன்றைத்தான் குறிக்கின்றன. ஆனால், இவ்விரண்டும் ஒரே அர்த்தத் தளத்தில் இயங்குவதில்லை என்பது வெளிப்படையாகத் தெரிகிறது. அதாவது ஒரு தன்னிலை, 'நான்' என்றும், 'என்' என்றும் அதை எவ்வாறு வேறுபடுத்திக்கொள்கிறது? இந்த வேறுபாடு எத்தகைய பண்பைச் சார்ந்திருக்கிறது?[4] குடும்பம் எத்தகைய உறவை அடிப்படையாகக் கொண்டுள்ளது என்கிற

3 *தனிநபருக்கும் குடும்பத்துக்கும், குடும்பத்துக்கும் சாதிக்கும் இடையேயான உறவை பெருமாள்முருகன் (2019) பதிப்பித்திருக்கும் 'நானும் சாதியும்' என்ற நூல் குறித்த வாசிப்பில் விரிவாக எழுதியிருக்கிறேன். பார்க்கவும்: சுப்பிரமணி ரமேஷ் (2020). இங்கு அந்த வாசிப்பிலிருந்து சில கருத்துகளை எடுத்துக்கொள்கிறேன். அந்தக் கட்டுரையை இந்த அவதானிப்போடு முடிக்கிறேன்: 'தலித்தல்லாத சாதிகளுக்கும் தலித் சாதிகளுக்கும், தலித் சாதிகளுக்கிடையேயும் தலித்தல்லாத சாதிகளுக்கிடையேயும் காணப்படும் தீண்டாமையானது பக்கத்துக்குப் பக்கம் அன்றாட அனுபவங்களாக விவரிக்கப்படுகின்றன. ஆனால், அது தீண்டாமையாக அடையாளம் காணப்படவில்லை... இது மிக 'இயல்பாக' விடுபட்டுள்ளது. அவர்கள் அனுபவத்தை உள்வாங்கிய விதத்திலும், அதை மொழிப்படுத்திய விதத்திலும் அந்தச் சொல்லை உபயோகிப்பதற்கான அவசியம் உருவாகவில்லை என்றே நான் எடுத்துக்கொள்கிறேன். ஆனால், கருத்தாக்கத் தளத்தில் காணப்படும் தீண்டாமையானது வாழ்வனுபவமாக முன்வைக்கப்படும்போது எப்படிக் காணாமல்போகிறது என்பது மிக முக்கியமான கேள்வியாகிறது. இந்த நூல் கருத்தாக்கத் தளத்தில் செயல்படுகிறவர்களுக்குக் கொடுத்திருக்கும் மிகப் பெரிய கேள்வியாக இதைப் பார்க்கிறேன்'.*

4 *'நான்' என்பது தோற்றவெளி சார்ந்ததாகிறது (ontological) என்றால், 'என்' என்பது அறிவறிதல் சார்ந்ததாகிறது (epistemological). இப்படியாக, 'நான்' என்பது தோற்றவெளிரீதியான சுயம் என்பதோடு தொடர்புகொண்டதாகிறது என்றால், 'என்' என்பது ஒரு எழுவாயின் அறிவறிதல் சார்ந்ததாகிறது என்கிறார் சுந்தர் சருக்கை. பார்க்கவும்: Guru and Sarukkai (2014); கோபால் குரு, சுந்தர் சருக்கை (2020).*

கேள்வி மிக முக்கியமானதாகிறது. குடும்பம் என்பது அதன் உறுப்பினர்களுக்கு இடையேயான உறவை அடிப்படையாகக் கொண்டிருக்கவில்லை. அதாவது, குடும்ப உறுப்பினர்களுக்கு இடையே முரண்பட்ட, மோதல் கொண்ட உறவு நிலைத்திருந்தாலும், அது குடும்பம் என்ற கட்டமைப்பைத் தக்கவைத்துக்கொள்கிறது. மேலும், உயிரியல்ரீதியானது என்ற அடிப்படையிலும் குடும்பம் நிலைநிறுத்தப்படுவதில்லை. குடும்ப உறுப்பினர்களில் ஒருவரை ஏதோ காரணத்துக்காக 'தலைமுழுகி'விட்டாலும், குடும்பம் அதை நிலைநிறுத்திக்கொள்கிறது. இதுபோலவே ஒரு குழந்தையைத் தத்தெடுத்துக்கொண்டும் குடும்பம் அதை நிலைநிறுத்திக்கொள்கிறது. ஆக, உயிரியல் அடிப்படை முக்கியமானது என்றாலும், அதுவே குடும்பத்தை விளக்குவதற்குப் போதுமானதாக இல்லை. அப்படியென்றால் குடும்பம் என்றால் என்ன?

குடும்பம் என்பது ஒரு கருத்து. ஒவ்வொரு குடும்ப உறுப்பினர்களும் குடும்பம் என்ற கருத்தோடு கொள்ளும் உறவே குடும்பத்தை விவரிப்பதாக இருக்கிறது. 'உனக்கு ஏதாவது குடும்பப் பொறுப்பு இருக்கா?' என்று ஒரு தந்தை அவரது மகனைப் பார்த்துக் கேட்கும்போது, அவர் தனக்கு மகன் பொறுப்பாக இல்லை என்கிற அர்த்தத்தில் கேட்கவில்லை. குடும்பம் என்ற கருத்தோடு மகன் கொண்டிருக்கும் உறவையே விமர்சிக்கிறார். 'கால்கட்டு போட்டா எல்லாம் சரியாயிடும்' என்பது, குடும்பம் என்ற கருத்தோடு ஒருவர் கொண்டிருக்கும் உறவை ஒழுங்குபடுத்தும் நோக்கத்தையே வெளிப்படுத்துகிறது. அதாவது, குடும்பத்தில் உள்ள ஒவ்வொரு தனிநபரும் குடும்பம் என்ற கருத்தோடு கொள்ளும் உறவின் மொத்த அனுபவமே குடும்பத்தின் பண்பாக இருக்கிறது. இந்தக் குடும்பம் என்ற கருத்தைச் சிதைக்க முற்படும் குடும்ப உறுப்பினர் அதிலிருந்து வெளியேற்றப்படுகிறார். அதாவது, குடும்பம் என்ற கருத்தைச் சிதைத்து, தன்னைத் தன்னாட்சி கொண்ட தனிநபராக நிலைநிறுத்திக்கொள்ள ஒருவர் முற்படும்போது, அவர் குடும்பம் என்ற கருத்தோடு கொள்ளும் உறவு சிக்கலுக்குரியதாகிறது. இதன் காரணமாகவே, குடும்பம் என்ற கருத்து தன்னாட்சி கொண்ட ஒரு தனிநபருக்கு உட்பட்டது என்பதாக முன்வைக்கும்போது அது மற்ற எல்லா உறுப்பினர்களுக்கும் இடையேயான முரணாக வெளிப்படுகிறது. ஒவ்வொரு உறுப்பினரும் குடும்பம் என்ற கருத்தை வெவ்வேறு விதமாகவும் அர்த்தப்படுத்திக்கொள்ளலாம். ஆனாலும், குடும்பம் என்ற கருத்தோடு அவர்கள் கொண்டிருக்கும் உறவே முக்கியமானதாகிறது. நாம் குடும்பம் என்ற கருத்தின்

உருவகமாக இருப்பதாலேயே, 'நானும் என் குடும்பமும்' என்று முன்வைக்க வேண்டியுள்ளது. குடும்பம் புறவயப்படுத்தப்பட்ட நிலையில், அதாவது 'நான்', 'குடும்பம்' என்று தனித்து இயங்குவதில்லை. சுருக்கமாகச் சொல்வதென்றால், குடும்பம் ஒரு தனிநபருக்கு வெளியே இயங்குவதில்லை. ஒரு தனிநபர் குடும்பமாக அவரை வெளிப்படுத்திக்கொள்கிறார். குடும்பம் என்ற கருத்துக்குக் குடும்ப உறுப்பினர்கள் உருவம் கொடுக்கிறார்கள். இது சாத்தியப்பட குடும்பத்தில் உள்ள ஒவ்வொரு தனிநபரும் குடும்பம் என்ற கருத்தின் ஊடாகவே அவரது 'நான்' என்பதை வடிவமைத்துக்கொள்ள வேண்டியுள்ளது. அதேசமயத்தில், குடும்பம் என்பது அதன் உறுப்பினர்களுக்கு அப்பால் இருப்பதாகிறது. இவ்விரண்டுக்கும் இடையேயான இயக்கமே 'என்' என்பதற்கான அர்த்தத்தைக் கொடுக்கிறது. எல்லாவற்றிலும் முக்கியமானது, குடும்பம் என்ற கருத்து இயற்கையான ஒன்றாக முன்வைக்கப்படுகிறது. அதேசமயத்தில், அது பருண்மையான ஒன்றாகவும் முன்வைக்கப்படுகிறது. குடும்பம் பருண்மையானதும் அல்ல; இயற்கையானதும் அல்ல. அதனாலேயே குடும்பம் என்பது முகவர் அற்ற ஒரு சமூகத்துவ அதிகாரமாகத் திகழ்கிறது. தந்தையின் அதிகாரம், தாயின் அதிகாரம், கணவனின் அதிகாரம் ஆகியவற்றை முற்றிலுமாக நிராகரித்தும் குடும்பம் என்ற முகவர் அற்ற சமூகத்துவ அதிகாரத்துக்கு ஒருவர் கட்டுப்பட்டு இயங்க முடியும்.

இத்தகைய புரிதலிருந்து சாதியத்தை அணுகுவோம் என்றால், சாதியமும் அதன் அடிப்படைப் பண்பில் முகவர் அற்ற சமூகத்துவ அதிகாரமாகவே செயலாற்றுகிறது. குடும்பம் என்ற கருத்தின் ஊடாகவே சாதிரீதியான சமூகத்துவங்களோடு ஒரு தனிநபர் உறவுகொள்கிறார். அது எப்போதும் 'என்' அடிப்படையிலானதாகவே இருக்க முடியும். சாதியும் குடும்பமும் பல ஒத்த தன்மைகளைக் கொண்டிருக்கின்றன. இரண்டுமே முகவர் அற்ற சமூகத்துவங்களுக்கான அதிகாரத்தை அடிப்படையாகக் கொண்டவை.[5] மேலும், இரண்டுமே பிரதிகள் சார்ந்து கட்டமைக்கப்பட்டவை அல்ல. அதாவது, நவீன அரசு எவ்வாறு அரசியல் சாசனம் என்ற பிரதியின் அதிகாரத்துக்குக் கட்டுப்பட்டு இருக்க வேண்டியுள்ளதோ அதுபோல் எத்தகைய பிரதி சார்ந்த அதிகாரத்துக்கும் குடும்பமும் சாதியும் கட்டுப்பட்டதல்ல. இரண்டுமே உயிரியல்ரீதியாகப் பார்க்கப்படுகின்றன. ஒருவர் ஒரு

---

5 குடும்பம் என்ற கருத்து எவ்வாறு முகவர் அற்ற அதிகாரமாகச் செயல்படுகிறது என்பது குறித்து மேலும் விரிவான வாசிப்புக்குப் பார்க்கவும்: *Guru and Sarukkai (2019).*

குடும்பத்தில் எவ்வாறு பிறக்கிறாரோ அதுபோலவே ஒரு சாதியில் பிறக்கிறார். குடும்பத்தில் ஒரு தனிநபர் எவ்வாறு ஓர் அலகாக இருக்கிறாரோ அதுபோலவே சாதியக் குழுமத்தில் குடும்பம் ஓர் அலகாகிறது. ஒவ்வொரு குடும்பமும் சாதி என்ற கருத்தோடு கொள்ளும் உறவே குறிப்பிட்ட சாதியை நிலைநிறுத்துகிறது. ஒரு தனிநபருக்கும் சாதிக்கும் இடையேயான உறவு குடும்பத்தின் ஊடாகவே சாத்தியப்படுகிறது. ஏனெனில், சாதிரீதியான உறவு என்பது இரண்டு தனிநபர்களுக்கு இடையேயான உறவில்லை, இரண்டு குடும்பங்களுக்கு இடையேயான உறவில்லை; அது இரண்டு சாதியச் சமூகத்துவங்களுக்கு இடையேயான உறவாகிறது. ஒரு குடும்பம் சாதியச் சமூகத்துவத்தோடு கொள்ளும் உறவும், ஒரு தனிநபர் அவரது குடும்பத்தோடு கொள்ளும் உறவுமே சாதிகளுக்கு இடையேயான உறவாகத் தனிமனிதத் தளத்தில் வெளிப்படுகின்றன. ஆகவே, சாதிகளுக்கு இடையேயான உறவு என்பது எப்போதும் இரண்டு சமூகத்துவங்களுக்கு இடையேயானதாகவே இருக்க முடியும். ஒவ்வொரு தனிநபரும் குடும்பம் என்ற கருத்தோடு கொள்ளும் உறவின் அனுபவமே குடும்பத்தை வரையறுப்பதுபோலவே, ஒவ்வொரு குடும்பமும் அவர்களது சாதியோடு கொள்ளும் உறவே சாதியை வரையறுப்பதாக இருக்கிறது.

குடும்பம் என்ற கருத்தை நாம் வேறு விதமாக வரையறுக்காமல் சாதியை நாம் எதிர்கொள்ள முடியாது. குடும்பத்தை நாம் உயிரியல்ரீதியானதாகப் பார்க்கிறோம். இயற்கையானதாகவும் பார்க்கிறோம். மேலும், அதைத் தனி வெளி சார்ந்த ஒன்றாகவும் முன்வைக்கிறோம். இத்தகைய அடிப்படைகளைக் கொண்டே குடும்பம் என்ற கருத்து நிலைநிறுத்தப்படுகிறது. எடுத்துக்காட்டாக, ஆண்/பெண் உடல் என்பதை எடுத்துக்கொள்வோம். பௌதிக உடல்களுக்கு இடையேயான வேறுபாட்டை அடிப்படையாகக் கொண்டே ஆண் உடல், பெண் உடல் என்ற சமூக உடல்கள் கட்டமைக்கப்படுகின்றன. இதை இயற்கையானதாக மாற்றாமல் நம்மால் அவற்றை நிலைநிறுத்த முடியாது. மொத்தத்தில், ஆண்/பெண் உடல் என்ற கருத்தாக்கங்களை இயற்கையானதாக முன்வைக்காமல், நாம் பாலின ஒடுக்குதலை நடைமுறைப்படுத்த முடியாது. ஆகவே, குடும்பத்தை இயற்கையானதாக முன்வைக்காமல், ஒவ்வொரு உறுப்பினரும் குடும்பம் என்ற கருத்தோடு கொள்ளும் உறவைச் சார்ந்ததாகப் பார்க்க வேண்டியுள்ளது. குடும்பம் என்பதன் சாரத்தை நாம் மாற்றி உருவாக்க வேண்டியுள்ளது. அதாவது, குடும்பத்தை 'இயற்கை'யானதாகப் பார்க்கும் பார்வையை

மறுதலிக்க வேண்டியுள்ளது. அதை ஒரு சமூகத்துவமாகப் பார்க்க வேண்டியுள்ளது. மேலும், குடும்பம் என்பது தனி வெளியை அடிப்படையாகக் கொண்டதல்ல. பொது வெளியிலிருந்து குடும்பத்தை நாம் பிரிக்க முடியாது. குடும்பத்தைத் தனி வெளிக்கானதாக மாற்றுவதன் ஊடாகவே நாம் சாதியைத் தனி வெளிக்கானதாக முன்வைக்கிறோம். நம் சமூகத்தில் பொது வெளி, தனி வெளி போன்றவை அவ்வளவு தெளிவாக இல்லை.⁶ எடுத்துக்காட்டாக, கோயில்களுக்குள் தலித்துகள் நுழையக் கூடாது என்ற சமூக நிலைப்பாட்டை எடுத்துக்கொள்வோம். கோயில்களைத் தனி வெளிகளாக மாற்றாமல் நம்மால் தலித்துகளைத் தடுத்துவைத்திருக்க முடியாது. இங்கு விசித்திரம் என்னவென்றால், குடும்பமும் தனி வெளியாகிறது, கோயிலும் தனி வெளியாகிறது. நம்முடைய பௌதிக உடல்களே ஆண், பெண் உடல்களாகச் சமூகமயப்பட்டிருக்கும்போது, குடும்பமும் சமூகமயப்பட்டதாகவே இருக்க முடியும். குடும்பம் என்ற கருத்தோடு இறையாண்மை கொண்ட தனிநபர் கொள்ளும் உறவின் அனுபவத் தொகுப்பே ஒருவரை 'நான்' ஆக்குகிறது. இந்த 'நான்' இயற்கையானது அல்ல; உயிரியல்ரீதியானதும் அல்ல. இதனாலேயே தனிநபருக்கும் குடும்பம் என்ற கருத்துக்கும் இடையேயான இயங்கியல் உறவை நாம் அங்கீகரிக்க வேண்டியுள்ளது. ஒன்று மற்றொன்றைத் தொடர்ந்து மறுவுருவாக்கம் செய்துகொண்டே இருக்கிறது. குடும்பத்தின் அடிப்படைப் பண்பைத் தக்கவைத்துக்கொண்டு (இயற்கையானது, உயிரியல்ரீதியானது, தனி வெளிக்கானது என்பதுபோல), சாதிய வெளிப்பாடுகளைத் தனிநபர் போதாமைகளாக நாம் முன்வைக்கும்போது, நாம் நம்முடைய நோக்கத்தைக் கடந்து, சாதியைப் புறவயப்படுத்துகிறோம்.

இத்தகைய முகமையற்ற அதிகாரத்தின் திரளுருவாக வெவ்வேறு சமயங்களில் வெவ்வேறு மனிதர்கள் வெளிப்படுகிறார்கள். குடும்பத்தில் தாய், தந்தை, உடன்பிறந்தவர்கள், உறவினர்கள் இத்தகைய அதிகாரத்தின் திரளுருவாக வெளிப்படுகிறார்கள். அரசு அதிகாரிகளும் அரசியல் தலைவர்களும் செயல்பாட்டாளர்களும் நீதிபதிகளும்கூட தேவைக்கு ஏற்ற சமயங்களில் இத்தகைய அதிகாரத்தின் திரளுருவாக வெளிப்படுகிறார்கள். இத்தகைய

---

6 வெளிகள் பௌதிகரீதியாகவும் சமூகரீதியாகவும் அனுபவத்தோடும், நீதி என்ற கருத்தமைவோடும் கொண்டிருக்கும் உறவு குறித்து கோபால் குருவின் முக்கியமான கட்டுரையைப் பார்க்கவும்: *Guru and Sarukkai* (2019)

தருணங்களில்தான் நாம் மேலே பார்த்த இரண்டு விதமான சுயங்களுக்கு இடையேயான இறுக்கத்தைச் சமூகரீதியாக உணர்கிறோம். இவ்வாறு திரளுருவம் பெறும்போது ஒரு எழுவாய் நான்–சுயம் என்பதைப் பின்னுக்குத் தள்ள வேண்டியுள்ளது. ஒரு எழுவாய் இத்தகைய தருணங்களில், கருத்தாக்கரீதியான நவீனச் சமூகத்துவத்தோடும், மரபான சமயம்/சாதி சமூகத்துவத்தோடும் ஒரே சமயத்தில் அடையாளப்படுத்திக்கொள்ள முடியாமல் இவ்விரண்டுக்கும் இடையேயான ஊடாட்டத்தில் சிக்கிக்கொள்ள வேண்டியிருக்கிறது. சாதி, தீண்டாமை ஒழிப்பு போன்றவற்றை அரசியல்ரீதியான நாம்–சுயத்தின் ஊடாக முன்வைக்கும்போது, பண்பாட்டுரீதியாக நம் பௌதிக உடலின் மீபௌதிகப் புலனான தீண்டவியலா என்ற ஊனத்தை நம்முடைய நான்–சுயத்தின் பகுதியாக முன்வைக்கத் தயங்குகிறோம். முந்தைய கட்டுரையில் விவரித்திருப்பதுபோல், தனித்த சாதிகள், அது பார்ப்பனச் சாதிகளாகட்டும், பார்ப்பனரல்லாத சாதிகளாகட்டும், தலித் சாதிகளாகட்டும் பார்ப்பனர் என்ற கருத்தமைவுக்கும் தீண்டாமை என்ற நடைமுறைக்கும் இடையேயான இறுக்கத்தில்தான் அவற்றைத் தக்கவைத்துக்கொள்கின்றன என்று பார்த்தோம். பார்ப்பனர் என்ற கருத்தமைவு – அது சமயம்/ சாதி சார்ந்து மரபான தளத்தில் இருந்தாலும், அரசியல்ரீதியாக நவீனத் தளத்தில் இருந்தாலும் அந்தக் கருத்தமைவைப் பார்ப்பனச் சாதிகள் தக்கவைக்க வேண்டியிருக்கின்றன. இல்லையென்றால், இந்தச் சாதிகள் தங்களைப் பார்ப்பனச் சாதிகள் என்று வரையறுத்துக்கொள்ள முடியாது. இத்தகைய ஒரு வெளிப்பாடுதான் ஆர்எஸ்எஸ் என்று முந்தைய கட்டுரையில் பார்த்தோம். இத்தகைய புரிதலிலிருந்து இந்து, பார்ப்பனரல்லாதார், தலித் ஆகிய நவீனக் கருத்தாக்கங்களை நான் வாசிப்புக்கு எடுத்துக்கொள்கிறேன். இந்த நவீனக் கருத்தாக்கங்கள் பார்ப்பனர் என்ற கருத்தமைவை மரபான தளத்திலிருந்து எதிர்கொள்ளவில்லை. கீழைத்தேயவாதிகளும் ஆங்கிலேயவாதிகளும் நம் சமூகம் குறித்து முன்வைத்திருக்கும் வாசிப்புகளானது பார்ப்பனரல்லாதாரின், தலித்துகளின் அரசியலிலும் இந்து அரசியலிலும் பெருமளவில் பங்காற்றிக்கொண்டிருக்கின்றன. இதுகுறித்த வாசிப்பை இந்தக் கட்டுரையில் எடுத்துக்கொள்கிறேன். முக்கியமாக, கீழைத்தேயவாதிகளும் ஆங்கிலேயவாதிகளும் பார்ப்பனர் என்பதை எவ்வாறு அர்த்தப்படுத்தினார்கள் என்றும், ஏன் தீண்டாமையை அவர்களால் புரிந்துகொள்ள முடியாமல்போனது என்றும் இந்தக் கட்டுரையில் விரிவாக எடுத்துக்கொள்கிறேன். அதாவது, கீழைத்தேயவாதிகளும் ஆங்கிலேயவாதிகளும் இந்து என்பதை எப்படி பார்ப்பனர்களின் மதமாக மாற்றினார்கள்

என்பதையும், பார்ப்பனியம் என்பதை எவ்வாறு பார்ப்பனர்களோடு மட்டுப்படுத்தினார்கள் என்பதையும், பக்தி சமயம் முன்வைத்த உருவ வழிபாட்டையும் பலதெய்வ வழிபாட்டையும் எப்படி சாத்தானின் வழிபாடாக அர்த்தப்படுத்தினார்கள் என்பதையும், இவற்றுக்கும் பார்ப்பனரல்லாதார், தலித் ஆகிய நவீனக் கருத்தாக்கங்களுக்கும் இடையேயான தொடர்பையும் எடுத்துக்கொள்கிறேன்.

பார்ப்பனர்கள் 'பாதிரிமார்'களான கதை

நம் சமூகத்தில் மதவாதம் குறித்துப் பேசினாலும், தேசியவாதம் குறித்துப் பேசினாலும், சாதியவாதம் குறித்துப் பேசினாலும் பார்ப்பனர், பார்ப்பனியம் ஆகிய சொற்களைத் தவிர்க்க முடியவில்லை. ஆனால், இந்தச் சொற்கள் அவற்றின் உள்ளடக்கமாக என்ன கொண்டிருக்கின்றன என்பது தெளிவாக இல்லை. பார்ப்பனியம் தெள்ளத்தெளிவாக வரையறுக்கப்பட்டிருக்கும் ஒரு கோட்பாடா அல்லது சல்லடையான வாழ்க்கைமுறையா என்பதும் தெளிவாக இல்லை. பொதுவான உபயோகத்தில் பார்ப்பனியம் என்ற சொல் சாதிய ஒழுங்கை உள்ளடக்கியதாக இருக்கிறதா அல்லது வர்ண அடிப்படையிலானதாக இருக்கிறதா அல்லது பார்ப்பனர், பார்ப்பனரல்லாதார், தலித் போன்ற சமூக வகைமைகளை மட்டுமே சார்ந்திருப்பதா என்பதிலும் குழப்பம் நிலவுகிறது. பார்ப்பனியமானது பார்ப்பனர்களோடு மட்டுப்படுத்தப்பட்டதா என்பதிலும் தெளிவில்லை. பார்ப்பனியம் என்ற சொல் பார்ப்பனர்களோடு மட்டுப்படுத்தப்படுவதால் அந்தச் சொல்லைத் தவிர்த்து சாதியம் என்ற சொல்லை உபயோகிப்பதுதான் சரியாக இருக்கும் என்கிறார்கள் சிலர். பார்ப்பனியம் என்ற சொல்லை முதன்முதலில் உபயோகித்தவர்கள் போர்ச்சுக்கல்லைச் சேர்ந்த கத்தோலிக்கப் பாதிரிமார்கள்தான். 1616-ல், மதுரையில் தங்கியிருந்த கிறிஸ்தவ சமயப் பரப்பாளர்களான கத்தோலிக்கப் பாதிரிமார்கள் 'பார்ப்பனர்களின் சமய'த்தைப் பார்ப்பனியம் என்று அழைத்தார்கள்.[7] நம் சமூகத்தில் பார்ப்பனர் என்ற கருத்தமைவை மையப்படுத்தித்தான் பெரும்பாலான சமூகச் சிந்தனைகள் சாத்தியப்பட்டிருக்கின்றன என்றாலும் இந்தச் சமூகம் அதைப் பார்ப்பனியம் என்று விவரிக்கவில்லை. நாம் ஓர் உலகப் பார்வையின் தவிர்க்க முடியாத

---

7 Xavier and Zupanov (2015: 119-120). குறிப்பாக இந்த நூலில் உள்ள நான்காவது (Religion and Civility in 'Brahmanism': Jesuit Experiments) இயலைப் பார்க்கவும்.

பகுதியாக இருக்கும்போது அதை நாம் பெயரிட்டு அழைக்க வேண்டிய தேவை ஏற்படுவதில்லை. அந்த உலகப் பார்வைக்கு வெளியே இருப்பவர்கள்தான் அதைப் பெயரிட, வகைப்படுத்த வேண்டியுள்ளது. மேலும், இந்தச் சமூகத்துக்கு உள்ளிருந்து இவ்வாறு பெயரிடுவது ஏன் சாத்தியப்படவில்லை என்றால், பார்ப்பனர்கள் பல சிந்தனை மரபுகளில் பங்காற்றியுள்ளார்கள். பல சமயங்களைத் தோற்றுவித்திருக்கிறார்கள். பல சமயங்களைச் சேர்ந்தவர்களாக வாழ்ந்துகொண்டிருக்கிறார்கள். பல சாதிகளாகப் பிரிந்திருக்கிறார்கள். என்னுடைய கேள்வி என்னவென்றால், நம் சிந்தனை மரபுகள் பார்ப்பனர் என்ற கருத்தமைவை எதிர்கொண்டதற்கும், கீழைத்தேயவாதம் பார்ப்பனர்களை வரையறுத்த முறைக்கும் ஏதேனும் வேறுபாடுகள் இருக்கின்றனவா? அப்படியாக இருக்கும்பட்சத்தில் வேறுபாடுகளின் பண்பை நாம் விவரித்துப் பார்க்க வேண்டியுள்ளது. ஏன் இது அவசியமாகிறது என்றால், காலனிய இந்தியாவில் சமூகத் தளத்திலும், அரசியல் தளத்திலும் செயல்பட்டவர்கள் பெரும்பாலானோர் கீழைத்தேயவாதம் முன்வைத்த சில அடிப்படைகளை விமர்சனமற்று ஏற்றுக்கொண்டிருப்பதை நம்மால் பார்க்க முடிகிறது. எடுத்துக்காட்டாக, இந்து என்ற கருத்தாக்கத்தைச் சொல்லலாம். இன்றைய அரசியல் சொல்லாடல்களில் பார்ப்பனியம் என்ற சொல்லாடல் பெருமளவு பங்காற்றுகிறது. செயல்பாட்டாளர்கள் முன்வைப்புகளிலும் கல்விப்புல ஆய்வுகளிலும் இதன் தாக்கத்தைப் பார்க்க முடிகிறது. ஆனால், நம்முடைய சமூகரீதியான வெளிப்பாடுகள், அனுபவங்கள் இத்தகைய கருத்தாக்கச் சட்டகத்துக்குள் எளிமையாக அடங்கக்கூடியதாக இல்லை. இந்தப் பின்னணியிலேயே இந்தப் பகுதியில் கீழைத்தேயவாதம் பார்ப்பனர்களை எவ்வாறு அர்த்தப்படுத்தியது என்று பார்க்க விரும்புகிறேன்.

பார்ப்பனர்களைக் கீழைத்தேயவாதம் எதிர்கொண்டதை இரண்டு கட்டங்களாகப் பிரித்துக்கொள்ள முடியும்: கத்தோலிக்கக் கீழைத்தேயவாதம், பிராட்டஸ்டன்ட் கீழைத்தேயவாதம். மிக மேலோட்டமாகச் சொல்வதென்றால், போர்ச்சுக்கீசியர்கள் கத்தோலிக்கக் கீழைத்தேயவாதத்தை முன்வைத்தார்கள் என்றால், ஜெர்மானியர்கள் பிராட்டஸ்டன்ட் கீழைத்தேயவாதத்தை முன்வைத்தார்கள் என்று சொல்லலாம். இவற்றோடு ஆங்கிலேயவாதிகளின் முன்வைப்புகளையும் எடுத்துக்கொள்ள வேண்டியுள்ளது. சில ஆய்வாளர்கள் கீழைத்தேயவாதமும்

ஆங்கிலேயவாதமும் வேறான தளத்தில் செயலாற்றின என்று முன்வைக்கிறார்கள். வேறு சிலர் இந்த வேறுபாடுகள் அவ்வளவு ஆழமானவை அல்ல என்றும், இரண்டையும் நாம் ஒன்றிணைத்துப் பார்க்கலாம் என்றும் சொல்கிறார்கள். நமக்கு இந்த விவாதம் அவ்வளவு முக்கியமானது அல்ல. ஆனால், கீழைத்தேயவாதமும் ஆங்கிலேயவாதமும் ஒற்றைத்தன்மையிலானதாக இல்லை. இருப்பினும், நம் வாசிப்புக்கு அவசியமான சில புள்ளிகளை மட்டுமே இங்கு தொகுத்துக்கொள்கிறேன்.[8] இரண்டு கட்டங்களிலும், அதாவது கத்தோலிக்கம் மற்றும் பிராட்டஸ்டன்ட் கீழைத்தேயவாதம் இரண்டிலும், பார்ப்பனர்கள் பாதிரிமார்களாக அர்த்தப்படுத்தப்பட்டார்கள். கிரேக்க உருவ வழிபாடுகளையும் பலதெய்வ வழிபாடுகளையும் கத்தோலிக்கக் கிறிஸ்தவம் எவ்வாறு எதிர்கொண்டதோ அதற்கு நிகராக இந்தியச் சமூகத்தில் காணப்பட்ட உருவ வழிபாடுகளை, பலதெய்வ வழிபாடுகளைப் பிற்போக்கானது, ஏமாற்றுவேலை, சாத்தான் வழிபாடு, மூடநம்பிக்கை என்று கத்தோலிக்கக் கீழைத்தேயவாதம் வரையறுத்தது. பக்தி அடிப்படையிலான நம் சமயங்களை இப்படியாகத்தான் இவர்களால் புரிந்துகொள்ள முடிந்தது. சொல்லப்போனால், அந்நியப் பிரதேசங்களில் காணப்படும் உருவ வழிபாடுகளை, பலதெய்வ வழிபாடுகளை 'பெரும் பாவமாக' (சின்) வாசிப்பதை இந்தப் பாதிரிமார்கள் அவர்களுடைய அறிவறிவுரீதியான, பண்பாட்டுரீதியான திட்டமாகக் கொண்டிருந்தார்கள் என்கிறார் சேவியரும் ஸூபானோவும்.[9] இந்தியாவில் இவர்களுடைய திட்டத்துக்குப் பார்ப்பனியப் பிரதிகளையும், புரோகிதர்களாகவும் கோயில் பூசாரிகளாகவும் இருந்த பார்ப்பனர்களின் வாழ்க்கைமுறையையும் பெருமளவு சார்ந்திருந்தார்கள். பார்ப்பனப் பனுவல்களை வாசிப்பதற்கு இவர்கள் பார்ப்பனர்களை ஆசிரியர்களாகவும் கொண்டிருந்தார்கள். இத்தகைய முன்வைப்புகளெல்லாம் எவ்வாறு பார்ப்பனர்களுக்கு சாதகமாக மாறியது என்று பார்ப்போம். சேவியரும் ஸூபனோவும் இவ்வாறு முன்வைக்கிறார்கள்:

8 இவ்விரண்டு கீழைத்தேயவாதம் குறித்து நாம் விரிவாக வாசிக்க வேண்டியுள்ளது. ஏனெனில், நம் சமூகத்தை நமக்கு ஒருவிதமாக வடிவமைத்துக் கொடுத்திருப்பதில் இவற்றுக்குப் பெரும் பங்கிருக்கின்றன.

9 *Xavier and Zupanov (2015: 121).*

> [கத்தோலிக்கப் பாதிரிமார்கள்] கோயில்களை அழித்ததுபோலவே, பாதிரிமார்கள் அல்லாத (gentile) 'பாதிரிமார்கள்' என்ற சமூக வகைமையை நிர்மூலமாக்கும் ஆயுதம் கொண்டு தாக்கினார்கள். மிகத் தொடக்கத்திலேயே பார்ப்பனர்களெல்லாம் பாதிரிமார் சாதியாகப் பார்க்கப்பட்டு, பார்ப்பனர் என்ற உருவம் மையப்படுத்தப்பட்டது. இந்தியாவில் உருவ வழிபாட்டுக்குப் பார்ப்பனர்களே மூலகர்த்தாவாகப் பார்க்கப்பட்டார்கள். பார்ப்பனர்களுக்கு எதிரான இத்தகைய வெளிப்பாடு கத்தோலிக்கப் பாதிரிமார்களின் நீண்ட நெடிய மரபைச் சார்ந்திருப்பதாகிறது. அதாவது, பண்டைய காலத்தின் இறுதிப் பகுதியில் பொதுவாகப் பலதெய்வ வழிபாட்டுரீதியான சமயவாதிகள் மற்றும் அறிவுஜீவிகள் மீது இவர்கள் கொண்டிருந்த குழப்பமான பார்வையின் விளைவாகிறது. பலதெய்வ வழிபாட்டு சமயவாதிகளை இவர்கள் ஒன்று தொல்-கிறிஸ்தவர்களாகப் பார்த்தார்கள் அல்லது சாத்தானுக்கு சேவையாற்றுகிறவர்களாக, சாத்தானின் கருவியாகப் பார்த்தார்கள்.[10]

அதேசமயத்தில், போர்ச்சுக்கல் அரசும், கத்தோலிக்கப் பாதிரிமார்களும் இந்தச் சமூகத்தில் நிலவிய இறுக்கமான சமூகப் படிநிலைகளைச் சாதகமானதாகப் பார்த்தார்கள். சொல்லப்போனால், சமூகம் சிறப்பாக நிர்வகிக்கப்படுவதற்கான வெளிப்பாடாகச் சமூகப் படிநிலைகளைப் பார்த்தார்கள்.[11] கத்தோலிக்கப் பாதிரிமார்களின் அக்கறையானது புரோகிதர்களாக, கோயில் பூசாரிகளாக இருந்த பார்ப்பனர்களைச் சுற்றியே வெளிப்பட்டது. பார்ப்பனர்கள் பாதிரிமார்களாக இருந்து சாத்தானுக்கு சேவையாற்றுகிறார்கள் என்றும், இவர்களை 'உண்மை'யான கிறிஸ்தவர்களாக மாற்றி சாத்தான் வழிபாட்டை ஒழிப்பது தங்களுடைய முக்கியக் கடமை என்றும் பார்த்தார்கள். சொல்லப்போனால், பார்ப்பனர்கள் முன்னொரு காலத்தில் 'உண்மை'யான கிறிஸ்தவர்களாக இருந்தார்கள் என்றும், இப்போது சாத்தானை வழிபடுகிறவர்களாக மாறிவிட்டார்கள் என்றுமே பார்ப்பனர்களை விவரித்தார்கள். நம் சமூகத்தில் நிலவிய பல்வேறு சமயங்களை, சாதிகளை, பண்பாட்டு வெளிப்பாடுகளைக் கத்தோலிக்கக் கிறிஸ்தவச் சட்டகத்திலிருந்து அணுகினார்கள். அதாவது, பார்ப்பனர்களைப் பலதெய்வ வழிபாடு

10 *Ibid., p. 129.*
11 *Ibid., p. 131.*

செய்யும், உருவ வழிபாடு செய்யும் பாதிரிமார்களாக மட்டும் அர்த்தப்படுத்தவில்லை. பார்ப்பனர்களின் வாழ்க்கைமுறையை, சமூகத்தோடு அவர்கள் கொண்டிருக்கும் உறவைக் கத்தோலிக்கப் பாதிரிமார்களின் வாழ்க்கைமுறையோடும், அவர்கள் அவர்களது சமூகத்தில் கொண்டிருந்த உறவுமுறையோடும் ஒப்பிட்டு எடைபோட்டார்கள். இது எத்தகைய விளைவை ஏற்படுத்தியது என்றால், நம் சிந்தனை மரபின் மையமாக இருந்த *பார்ப்பனர் என்ற கருத்தமைவு பார்ப்பனர்களுக்கு மட்டுமே உரியதாக மாறியது.* இதன் நீட்சியாக, *தீண்டாமையைத் தீண்டப்படாதவர்களுக்கு மட்டுமானதாக மாற்றியது.* எடுத்துக்காட்டாக, இத்தாலியைச் சேர்ந்த கத்தோலிக்கப் பாதிரிமார் ஃபிரான்சிஸ் சேவியர் (Francis Xavier), 1544-ல் பார்ப்பனர்கள் குறித்து இவ்வாறு எழுதுகிறார்:

> பலதெய்வ வழிபாட்டாளர்களாக இங்கிருக்கும் மனிதர்களில் பார்ப்பனர் என்று அழைக்கப்படுபவர்கள் காணப்படுகிறார்கள். இவர்கள் பலதெய்வ வழிபாட்டு முறையின் காப்பாளராக இருக்கிறார்கள். மதத்தில் மூடநம்பிக்கையிலான சடங்குகளைப் பாதுகாப்பது, கோயிலில் இருந்துகொண்டு சிலைகளைப் பராமரிப்பது போன்ற காரியங்களை இவர்கள்தான் செய்கிறார்கள். மனிதர்களிலேயே இவர்களைப் போன்று வக்கிரமானவர்களை, கொடுமையானவர்களை எங்கும் பார்க்க முடியாது. புனித டேவிட் சொல்லியிருப்பது இவர்களுக்கு மிகவும் பொருந்திப்போகக்கூடியதாக இருக்கிறது: 'from an unholy race and a wicked and crafy man deliver me O Lord'. மிக எளிமையான, அப்பாவியான மக்களை எப்படித் தந்திரமாக ஏமாற்றுவது என்று மிக நன்றாகக் கற்றறிந்திருக்கிறார்கள். கோயில்களுக்கு இதையெல்லாம் கொடுக்க வேண்டும் என்பது கடவுளின் கட்டளை என்று வெளிப்படையாக அறிவிக்கிறார்கள். பார்ப்பனர்களுக்கு வேண்டியதையெல்லாம் இவ்வாறு கொடுக்கச் சொல்கிறார்கள். இதையெல்லாம் கொண்டுதான் இந்தப் பார்ப்பனர்களும் அவர்களது மனைவிகளும் குழந்தைகளும் வேலையாட்களும் வாழ்கிறார்கள். இப்படியாக, மனிதர்கள்போலவே கடவுள்களின் சிலைகளும் சாப்பிடுவதாகவும் குடிப்பதாகவும் ஒன்றும் அறியாத மக்களை நம்பவைக்கிறார்கள். சிலர் அவ்வளவு பக்தியுள்ளவர்களாக இருப்பதால் இரண்டு வேளைகள் — மதிய உணவுக்கு முன், இரவு உணவுக்கு முன் — சிலைகளுக்குப்

படையலும் கொஞ்சம்போல் பணமும் கொடுக்கிறார்கள். மேளங்கள் முழங்க, பார்ப்பனர்கள் ஆடம்பரமாக உணவு எடுத்துக்கொள்கிறார்கள். கடவுள்கள் உணவு எடுத்துக்கொள்வதாக அப்பாவி மக்களை நம்பவைக்கிறார்கள். இவர்களுக்கு ஏதேனும் தேவைப்பட்டால், அல்லது தேவைப்படுவதற்கு முன்பே, கடவுள்களுக்கு வேண்டியதைக் கொடுக்காவிட்டால் கடவுள்கள் கோபப்படுவார்கள் என்று மக்களை நம்பவைக்கிறார்கள். கடவுள்களுக்கு வேண்டியதைச் செய்யவில்லை என்றால், மக்களைப் பலிகொடுத்துத் தண்டிப்பார் என்றும், மக்களுக்கு நோய் கொடுத்துத் தண்டிப்பார் என்றும் நம்பவைக்கிறார்கள். சாத்தானைக் கொண்டு தண்டிப்பார் என்றும் நம்பவைக்கிறார்கள். ஒன்றும் அறியாத அப்பாவி மக்கள் கடவுள் மீது கொண்டிருக்கும் அச்சத்தால், பார்ப்பனர்கள் சொல்வதையெல்லாம் அப்படியே செய்கிறார்கள். இந்தப் பார்ப்பனர்களிடம் கஷாயம் அளவுக்கு இலக்கியம் என்று ஏதும் கிடையாது. இதிலுள்ள வறுமையை ஈடுசெய்யும் அளவுக்கு இவர்கள் தந்திரசாலிகளாகவும் வக்கிரமானவர்களாகவும் இருக்கிறார்கள். இவர்கள் செய்யும் சூழ்ச்சிகளை நான் அம்பலப்படுத்தினால் என் மீது கோபப்படுகிறார்கள். ஆனால், வேறு எவரும் இல்லாதபோது இந்தப் பார்ப்பனர்கள் இந்தச் சிலைகளை விட்டால் வேறு சொத்து எதையும் பரம்பரையாகக் கொண்டிருக்கவில்லை என்றும், இப்படியாகப் பொய் சொல்லித்தான் மக்களின் ஆதரவைப் பெற்றுக்கொள்ள முடிகிறது என்றும் என்னிடம் ஒப்புக்கொள்கிறார்கள். [...] இந்தப் பார்ப்பனர்களின் எதிர்ப்பு மட்டும் இல்லையென்றால், இங்குள்ள மக்கள் எல்லோரும் இயேசு கிறிஸ்துவின் மதத்தைத் தழுவியவர்களாக மாறியிருப்பார்கள்.[12]

12 *in Jalki and Pathan (2015). ஃபிரான்ஸிஸ் சேவியருக்கு சமகாலத்தவரான ராபர்ட் தெ நோபிலி (Robert de Nobili) இதற்கு எதிர்மறையான பார்வையை முன்வைக்கிறார். அவர் தன்னைப் பார்ப்பனர் என்றே அழைத்துக்கொண்டார். சாதிகளை மதம் சார்ந்ததாகப் பார்க்காமல் அதற்குக் குடிமை அந்தஸ்து கொடுத்தார். ஆனால், இவரது பார்வை கீழைத்தேயவாதத்தில் எத்தகைய தாக்கத்தையும் ஏற்படுத்தவில்லை. சாதிய முறைமை இந்து மதத்தின் நிறுவனமாகப் பார்த்த பார்வையே நிலைப்பெற்றது.*

கொச்சியிலிருந்து சேவியர் இதை எழுதும்போது, சுமார் ஒரு வருடக் காலம் மட்டுமே அவர் இந்தியாவில் இருந்திருக்கிறார். இங்குள்ள கோயில்களில் இருக்கும் விக்கிரகங்கள் 'பேரச்ச'த்தைக் கொடுத்ததோடு மட்டுமல்லாமல், பார்ப்பதற்கு மிக மோசமாகவும் இருக்கின்றன என்கிறார்.[13] நம்முடைய பக்தி சமயங்கள் முன்வைத்த உருவ வழிபாட்டையும் பலதெய்வ வழிபாட்டையும் கத்தோலிக்கப் பாதிரிமார்களால் புரிந்துகொள்ள முடியவில்லை. மேலும், கிறிஸ்தவக் கடவுளே 'உண்மையானது' என்பதும், பிற தெய்வங்களைக் கொண்டிருக்கும் மதங்கள் 'பொய்யானது' என்பதும் இவர்களுடைய ஆழ்ந்த நம்பிக்கை. மேலும், கிறிஸ்தவக் கடவுள் 'அரூபமானவர்'. நம்முடைய பக்தி சமயக் கடவுள்கள் குடும்பஸ்தர்கள். நம்மைப் போன்றவர்கள். அறநீதியாகத் தவறக்கூடியவர்கள். நம்மால் நம்முடைய கடவுள்களைச் சபிக்க முடியும். அவர்களிடம் வரமும் கேட்க முடியும். அவர்களுக்குக் கட்டளைகள் கொடுக்க முடியும். இவையெல்லாம் கிறிஸ்தவப் பாதிரிமார்களின் உலகப் பார்வைக்குள் அடங்கக்கூடியவை அல்ல. மேலும், 'நம்முடைய லத்தீன் மொழி'யில் இருப்பதுபோல் இவர்களுடைய மொழியில் எழுதப்பட்டிருப்பதை இவர்கள் மிகவும் ரகசியமாகப் பாதுகாத்துவருகிறார்கள் என்கிறார் சேவியர். இவர்களுடைய இந்த மொழி ஒரே கடவுளை, ஒரே படைப்பாளரை மட்டுமே அங்கீகரிக்கும் கிறிஸ்தவப் பார்வையைக் கொண்டிருக்கிறது என்றும் எழுதுகிறார்.[14] அதேசமயத்தில், பார்ப்பனர்களைப் பாதிரிமார்களாக அர்த்தப்படுத்தி தங்களோடு ஒப்பிட்டுப்பார்த்தார்கள். சேவியரின் முன்வைப்புகளை நாம் எவ்வாறு புரிந்துகொள்ளப்போகிறோம்? துறவி–புரோகிதர்–பூசாரி ஆகிய மூன்று நிலைகளின் திரளுருவாகக் கத்தோலிக்கப் பாதிரிமார்கள் இருந்தார்கள். ஆனால், புரோகிதர்களாக, பூசாரிகளாக இருந்த பார்ப்பனர்கள் குடும்பஸ்தர்களாக இருந்தார்கள். பார்ப்பனர்கள் குடும்பஸ்தர்களாக இருந்துகொண்டு பாதிரிமாருக்கான அந்தஸ்தைக் கோருகிறார்கள் என்றும், இதன் வழியாகப் பொருளியல் ஆதாயம் பெறுகிறார்கள் என்றுமே ஃபிரான்சிஸ் சேவியர் விமர்சிக்கிறார். அதாவது, ஒரு குடும்பஸ்தராக இருந்துகொண்டு எவ்வாறு ஒரு துறவிக்கான அந்தஸ்தைக் கோர முடியும் என்பதே கத்தோலிக்கப் பாதிரிமார்களின் கேள்வியாக இருந்தது. இங்கு சேவியர் 'உண்மை'யான பாதிரிமாராக அவரை வரையறுத்துக்கொள்கிறார்.

13 *Xavier and Zupanov (2015: 131).*
14 *Ibid., p. 131.*

அவரைப் பொறுத்தவரை, குடும்பஸ்தப் பார்ப்பனர்கள் பாதிரிமார்களாக வேஷம் போடுகிறவர்கள் ஆகிறார்கள்.

ஐரோப்பியச் சமூகத்தில் உருப்பெற்ற கிறிஸ்தவச் சீர்திருத்தமானது கத்தோலிக்கப் புரோகிதர்களைக் கடுமையாக விமர்சித்தது. அதாவது, கிரேக்க உருவ வழிபாடுகளை எந்தத் தளத்திலிருந்து கத்தோலிக்கக் கிறிஸ்தவம் விமர்சித்ததோ அதே தளத்திலிருந்து கத்தோலிக்கக் கிறிஸ்தவத்தை பிராட்டஸ்டன்ட் கிறிஸ்தவம் விமர்சித்தது. அதாவது, கத்தோலிக்கப் பாதிரிமார்களின் துறவறப் பண்பைக் கடுமையாக விமர்சித்தது. இதன் விளைவுகள் இந்தியாவிலும் ஊடுருவின. பார்ப்பனர்களைப் பாதிரிமார்களாகக் கத்தோலிக்கக் கீழைத்தேயவாதம் அர்த்தப்படுத்தியதுபோலவே பிராட்டஸ்டன்ட் கீழைத்தேயவாதமும் அர்த்தப்படுத்தியது. அதாவது, ஐரோப்பியச் சமூகத்தின் எல்லாக் கேடுகளுக்கும் எப்படி கத்தோலிக்கப் பாதிரிமார்களை மூலகாரணமாக்கியதோ அதற்கு நிகராக இந்தியாவில் காணப்படும் எல்லாக் கேடுகளுக்கும் பார்ப்பனர்களை மூலகாரணமாக்கியது. இதன் நீட்சியாக, பிராட்டஸ்டன்ட்களுக்கு நிகரானதாக, பார்ப்பனர்களுக்கு எதிரானதாக பௌத்தம் முன்வைக்கப்பட்டது. சம்ஸ்கிருதப் பிரதிகளும், பார்ப்பன, சமண, பௌத்தப் பிரதிகளும் இந்த அடிப்படையில் வாசிக்கப்பட்டன. கத்தோலிக்கப் பாதிரிமார்கள் சடங்குகளுக்கு முக்கியத்துவம் கொடுப்பது எப்படி பிராட்டஸ்டன்ட்களால் விமர்சிக்கப்பட்டதோ அதுபோலவே இந்தியச் சமூகத்தில் பார்ப்பனர்கள் சடங்குரீதியான வாழ்க்கைக்கு முக்கியத்துவம் கொடுப்பவர்களாக விமர்சிக்கப்பட்டார்கள். கத்தோலிக்கப் பாதிரிமார்கள் கடவுளுக்கும் மக்களுக்கும் இடையே இடையீட்டாளராக இருந்ததுபோல், இந்தியாவில் பார்ப்பனர்கள் இடையீட்டாளராக இருந்தார்கள் என்று அர்த்தப்படுத்தப்பட்டது. சுருக்கமாகச் சொல்வதென்றால், கத்தோலிக்கப் பாதிரிமார்களுக்கு எதிராக முன்வைக்கப்பட்ட எல்லா விமர்சனங்களும் இங்கு பார்ப்பனர்களுக்கு எதிராக முன்வைக்கப்பட்டன.

பிரச்சினை என்னவென்றால், கத்தோலிக்கப் பாதிரிமார்கள் ஒரு தனித்த குழுமம் அல்ல. கிறிஸ்தவச் சமூகத்திலிருந்து துறவறம் மேற்கொண்டவர்களே பாதிரிமார்களானார்கள். இவர்களே 'சர்ச்' என்ற கட்டமைப்பை நிலைநிறுத்துகிறார்கள். கடவுளுக்கும் மக்களுக்கும் இடையே இடையீட்டாளராக இருக்கிறார்கள். கிறிஸ்தவ நம்பிக்கை கொண்டவர்கள் தனிமனிதர்களாகப் பாதிரிமார்களுக்கான (priest) வாழ்க்கைமுறையைத் தேர்ந்தெடுத்து 'சர்ச்'சின் பகுதியாகிறார்கள்.

துறவி என்ற அந்தஸ்தின் ஊடாக, குடும்பஸ்தர்களிடமிருந்து தங்களை வேறுபடுத்திக்கொண்டு அவர்களுக்கான அந்தஸ்தைப் பெற்றுக்கொள்கிறார்கள். ஆனால், நம் சமூகத்தில் கடவுளுக்கும் மக்களுக்கும் இடையே இடையீட்டாளர்களாக இருப்பவர்கள் பார்ப்பனர்கள் மட்டுமல்ல. பல சாதிகளைச் சேர்ந்தவர்கள் பூசாரிகளாகவும் புரோகிதர்களாகவும் இருக்கிறார்கள். மேலும், நம் சமூகத்தில் புரோகிதர்களாக, பூசாரிகளாக இருப்பவர்கள் குடும்பஸ்தர்களாக இருக்கிறார்கள். நம் சமூகத்தில் சந்நியாசிகள், துறவிகள் எவரும் கடவுளுக்கும் மக்களுக்கும் இடையே இடையீட்டாளர்களாகத் தங்களை வரையறுத்துக்கொள்ளவில்லை. எடுத்துக்காட்டாக, பார்ப்பன சந்நியாசிகள் கடவுளைவிட மேலானவர்களாகத் தங்களை வரையறுத்துக்கொண்டாலும், சடங்குரீதியாகவும் சமூகரீதியாகவும் அவர்கள் பிரேத (பிணமாக) நிலையிலேயே வாழ்கிறார்கள். எடுத்துக்காட்டாக, அகேஹானந்த பாரதியின் (வியன்னாவைச் சேர்ந்த இவர் பார்ப்பன முறைப்படி சந்நியாசம் எடுத்தவர்) அனுபவத்தை எடுத்துக்கொள்வோம். இவர் சொல்கிறார்:

> நான் கங்கைக் கரையில் கடைசி ஸ்நானம் எடுத்துக்கொண்டேன். கங்கா தேவிக்குத் தர்ப்பணம் செய்தேன். அங்குள்ள தங்கக் கோயிலில் விஸ்வநாத சாமியைத் தரிசித்தேன். பிரசாதம் பெற்றுக்கொண்டேன். கோயில் பூசாரி அவரது இடது கையால் எனக்குப் பிரசாதம் கொடுத்தார். இத்தகைய முறையில்தான் இறந்தவர்களுக்குச் சடங்கு செய்யப்படும். இத்தகைய முறையில்தான் இறந்த மூதாதையர்களுக்கு உணவு கொடுக்கப்படும். சடங்குரீதியாக ஒரு சந்நியாசி இறந்தவனாகிறான். எல்லாவிதமான சடங்குகளிலும் ஒரு சந்நியாசி பார்வையாளனாக மட்டுமே இருக்க முடியும். அல்லது இறந்துபோனவர்களுக்கு எத்தகைய இடம் கொடுக்கப்படுமோ அத்தகைய இடம்தான் கொடுக்கப்படும். கோயிலுக்குள் ஒரு சந்நியாசி நுழைந்து, அங்குள்ள விக்கிரகத்தை ஆசீர்வதிக்கிறான். ஏனெனில், ஒரு சந்நியாசி பந்தம், பாசம், மறுபிறவி ஆகியவற்றிலிருந்து விடுதலை பெற்றவனாகிறான்; இவ்வுலக இருப்பு தொடர்பான எத்தகைய செயல்களிலும் ஈடுபடாதவனாக இருக்கிறான். ஆனால், கோயிலில்

> உள்ள கடவுள் இவ்வுலக சம்ஸ்சாரங்களில் ஈடுபடுவதால் கடவுளைவிட ஒரு சந்நியாசி மேலானவனாகிறான்.[15]

ஒரு பார்ப்பன சந்நியாசி ஒருபக்கம் குடும்பஸ்தர்களாக இருக்கும் கடவுள்களைவிட மேலானவராக இருக்கிறார் என்றால், மறுபக்கம் பிணமாக இருக்கிறார். இத்தகைய நிலை எதுவும் கிறிஸ்தவப் பாதிரிமார்களுக்குக் கிடையாது. மேலும், கிறிஸ்தவச் சமூகத்தில் பாதிரிமார்களுக்கும் பொதுச் சமூகத்துக்கும் இடையே காணப்பட்ட பிளவை, நம் சமூகத்துக்கு நாம் அப்படியே பொருத்த முடியாது. 'ரிலிஜியஸ்' (religious) வாழ்க்கைமுறை என்பது கத்தோலிக்கப் பாதிரிமார்களின் வாழ்க்கைமுறையைத்தான் அடிப்படையில் குறிக்கிறது.[16] பிராட்டஸ்டன்ட் கிறிஸ்தவம் இதைத்தான் விமர்சனத்துக்குள்ளாக்கியது. எல்லோரும் அவரவர்களுக்கான விடுதலையை இடையீட்டாளர்கள் இல்லாமல் நேரடியாகப் பெற்றுக்கொள்ள முடியும் என்றது பிராட்டஸ்டன்ட் கிறிஸ்தவம். சமூக வாழ்க்கையை ரிலிஜியஸ் வாழ்க்கைமுறையிலிருந்து விலக்கிவைப்பது இதன் அடிப்படையிலேயே தோன்றியது. இப்படியாகத்தான், ரிலிஜியஸ் வாழ்க்கையிலிருந்து துண்டிக்கப்பட்டதாகிறது செக்குலர் வாழ்க்கைமுறை.

> கிறிஸ்தவத்துக்குப் பாதிரிமார்கள் மிக அவசியமாகிறார்கள். எந்த அர்த்தத்தில் என்றால், ரிலிஜியன் என்பது பாதிரிமார்களுக்கு மட்டுமானதாக இருந்தது. பாதிரிமார்கள் என்ன சொல்கிறார்களோ அதை மட்டுமே கிறிஸ்தவ நம்பிக்கையாளர்கள் செய்தாக வேண்டும். இப்படியாகத்தான் கிறிஸ்தவ நம்பிக்கையாளர்களும் ரிலிஜியனின் பகுதியாகிறார்கள். பாதிரிமார்கள் என்ன சொல்கிறார்களோ அதுவே ரிலிஜியன் என்பதாகத்தான் கிறிஸ்தவர்கள் பார்த்தார்கள். பிராட்டஸ்டன்ட் கிறிஸ்தவத்தால்கூட இந்தக் கருத்தாக்கத்தை மாற்றியமைக்க முடியவில்லை. மாறாக, நிறுவனப்பட்ட 'சர்ச்'சுக்கு எதிரான அதன் விமர்சனங்கள், மிக விசித்திரமான முறையில், பிராட்டஸ்டன்ட் கிறிஸ்தவத்தைப் பலம்கொண்டதாக்கியது. அதாவது, பாதிரிமார் ஆகும் உரிமையை ஒருசிலருக்கானதாகப் பாதுகாத்துவந்த கத்தோலிக்க 'சர்ச்'சை எதிர்த்து, கிறிஸ்தவ நம்பிக்கையாளர்கள் எல்லோருமே பாதிரிமார்களாக முடியும்

15 *in Olivelle (1992: 94).*

16 *இது குறித்த விரிவான வாசிப்புக்குப் பார்க்கவும்: Asad (2003).*

என்று வாதாடியது. உண்மையான மதத்தை நிறுவனப்பட்ட 'சர்ச்' சிதைத்துவிட்டது என்றும் விமர்சித்தது. அதனால், கத்தோலிக்க 'சர்ச்' சாத்தானின் நிறுவனமே தவிர வேறெதுவும் இல்லை என்றும் விமர்சித்தது. மேய்ப்பவர் எவரும் நம்மைக் கடவுளை நோக்கி அழைத்துச்செல்லப்போவதில்லை என்பதால், அவரவருடைய விடுதலைக்கு அவரவர்தான் 'பொறுப்பு' என்று முன்வைத்தது.[17]

ரிலிஜியஸ் வாழ்க்கைமுறையைத் தேர்ந்தெடுத்திருக்கும் பாதிரிமார்கள், குடும்பஸ்தர்களான கிறிஸ்தவ நம்பிக்கையாளர்கள் என்ற இருமத்தைக் கத்தோலிக்கக் கிறிஸ்தவம் சார்ந்திருக்கிறது. நம் சமூகமோ பார்ப்பனர்-சூத்திரர், பார்ப்பனர்-துறவி, குடும்பஸ்தர்-சந்நியாசி ஆகிய இருமங்களைச் சார்ந்திருக்கிறது. இந்த வேறுபாடு மிக முக்கியமானது. இதைக் கீழைத்தேயவாதத்தால், ஆங்கிலேயவாதத்தால் புரிந்துகொள்ள முடியவில்லை. கிறிஸ்தவச் சமூகத்தில் கிறிஸ்தவர்களில் ஒருசிலர் பாதிரிமார் வாழ்க்கைமுறையைத் தேர்ந்தெடுத்து தங்களைப் பொதுச் சமூகத்திலிருந்து விலக்கிவைத்துக்கொண்டார்கள். ஆனால், நம் சமூகத்தில் புரோகிதர்களாக, பூசாரிகளாக இருப்பவர்கள் அப்படியாகத் தங்களை விலக்கிவைத்துக்கொள்ளவில்லை. தங்களை விலக்கிவைத்துக்கொண்டவர்கள் சந்நியாசிகள்தான். ஆனால், இவர்கள் கடவுள்களோடும் சடங்குகளோடும் எவ்விதத்திலும் தொடர்புகொண்டவர்கள் இல்லை. சந்நியாசிகள் சடங்கைத் துறந்தவர்கள். மேலும் சந்நியாசிகள், துறவிகள், யோகிகள், பூசாரிகள், புரோகிதர்கள் பல சாதிகளிலும் காணப்படுகிறார்கள். இவை பார்ப்பனர்களின் தனித்த பண்பல்ல. அதுபோலவே, பார்ப்பனர்கள் எல்லோரும் பூசாரிகளாகவும் புரோகிதர்களாகவும் சந்நியாசிகளாகவும் துறவிகளாகவும் மட்டுமே வாழ்வதில்லை. மற்ற லௌகீகத் தொழில்களிலும் தங்களை ஈடுபடுத்திவந்திருக்கிறார்கள். முக்கியமாக, கத்தோலிக்கப் பாதிரிமார்கள் ஒத்த தன்மை கொண்டிருக்கும் குழுமமாகிறது. ஆனால், பார்ப்பனர்கள் பல சமயங்களைச் சேர்ந்தவர்களாகவும், பல சாதிகளைச் சேர்ந்தவர்களாகவும் இருக்கிறார்கள். இந்த வேறுபாட்டையெல்லாம் கீழைத்தேயவாதத்தால் புரிந்துகொள்ள முடியவில்லை. இதையெல்லாம் கீழைத்தேயவாதம் புரிந்துகொண்டிருந்தால் பார்ப்பனர்கள் எல்லோரையும், பார்ப்பனர்களை மட்டும்

---

17 *Gelders and Derde (2003).*

பாதிரிமார்களாக அர்த்தப்படுத்தியிருக்காது. இதன் விளைவு என்னவென்றால், கருத்தியல் தளத்தில் பார்ப்பனரல்லாதார் எல்லோரும் பிராட்டஸ்டன்ட்களாக, புரோகிதர்களையும் பூசாரிகளையும் எதிர்ப்பவர்களாக, கடவுள் மறுப்பாளர்களாக மாறுகிறார்கள். இது வெறுமனே கீழைத்தேயவாதப் பார்வையாகவோ, கடந்த காலத்தில் மட்டுமே காணப்படும் சிந்தனையாகவோ இல்லை. நம் சமகாலச் சிந்தனையிலும் கீழைத்தேயவாத முன்வைப்புகள் பெரும் தாக்கத்தை ஏற்படுத்திவருகின்றன. பல்வேறு சமயங்களாகவும் சாதிகளாகவும் பிரிந்திருந்த பார்ப்பனர்கள் பாதிரிமார்கள் கொண்டிருந்த அதிகாரத்தைத் தாங்களும் பெற்றிருப்பதாகக் கற்பிதம் செய்துகொண்டார்கள். இதனால்தான் அரசியல் தளத்தில் பார்ப்பனர்கள் உபநிடங்களை, வேதாந்தங்களை, பக்தி சமய முன்வைப்புகளைப் பின்னுக்குத் தள்ளி நேரடியாக வேத பார்ப்பனியக் கதையாடலுக்கு நகர்கிறார்கள். கீழைத்தேயவாதச் சிந்தனைகள் ஊடாகத்தான் அரசியல்ரீதியாக நாம் நம் சமூகத்தை அணுகுகிறோம். இதில் பார்ப்பனர்களின் மேலாண்மை தக்கவைக்கப்படுகிறது. இத்தகைய அணுகுமுறைக்கு நாம் முக்கியத்துவம் கொடுப்பதால், நம்முடைய வாழ்வனுபவத்தை நாம் ஒதுக்கித்தள்ள வேண்டியிருக்கிறது. கீழைத்தேயவாத, ஆங்கிலேயவாதக் கதையாடலில் சாதியம் ஓர் ஒழுங்கமைக்கப்பட்ட முறைமையாக, இந்து மதப் பாதிரிமார்களான பார்ப்பனர்களால் வடிவமைக்கப்பட்டதாக மாறுகிறது. கத்தோலிக்கப் பாதிரிமார்கள் எவ்வாறு 'சர்ச்' என்ற நிறுவனப்பட்ட அமைப்பைக் கட்டிக்காக்கிறார்களோ அதற்கு நிகராக சாதிய முறைமையைக் கட்டிக்காப்பவர்கள் பார்ப்பனப் பாதிரிமார்களானார்கள். இப்படியாகத்தான் பார்ப்பனரல்லாத சாதிகளைச் சேர்ந்தவர்கள் பார்ப்பனியத்துக்கு வெளியே வைக்கப்படுகிறார்கள். பார்ப்பனியமானது பார்ப்பனப் பாதிரிமார்களின் வாழ்க்கைமுறையாகச் சுருக்கப்படுகிறது. அதாவது, ரிலிஜியஸ் வாழ்க்கைமுறை எவ்வாறு கத்தோலிக்கப் பாதிரிமார்களின் வாழ்க்கைமுறையாக இருந்ததோ அதற்கு நிகராகப் பார்ப்பனியமானது பார்ப்பனப் பாதிரிமார்களின் வாழ்க்கைமுறையானது.

கீழைத்தேயவாதத்தையும் ஆங்கிலேயவாதத்தையும் எதிர்கொள்ளல்

கீழைத்தேயவாதம் பார்ப்பனர்களைத் தவறாக அர்த்தப்படுத்தியது என்கிறார்கள் பாலகங்காதராவும், அவரது நிலைப்பாடு சார்ந்து சிந்திக்கும் வேறுசில ஆய்வாளர்களும். கீழைத்தேயவாதமும் ஆங்கிலேயவாதமும் பார்ப்பனர்களை அர்த்தப்படுத்திய முறையை, தவறானதாக இல்லாமல் நாம் வேறு விதமாக வாசிக்க முடியும் என்று முன்வைக்க விரும்புகிறேன். அதாவது, பார்ப்பனர் என்ற கருத்தமைவை இந்தச் சமூகம் எவ்வாறு தொடர்ந்து மொழியாக்கம் செய்துவருகிறதோ, அதன் தொடர்ச்சியாய் மேலும் ஒரு மொழியாக்கமாகக் கீழைத்தேயவாத முன்வைப்புகளை நாம் வாசிக்க முடியும். முன்னரே உள்ள மொழியாக்கங்களில் மேலும் ஒரு மொழியாக்கமாகச் சேர்ந்துகொண்டது என்று வாதிட முடியும். மொழியாக்கங்களில் சரி/தவறு என்று இறுதி நிலை ஏதுமில்லை. எடுத்துக்காட்டாக ராமாயணம், மகாபாரதம் போன்ற காவியங்கள் தொடர்ந்து இந்திய மொழிகளில் படைக்கப்படுகின்றன. இவற்றை நாம் 'மொழியாக்கங்கள்' என்று சொல்வதில்லை என்றாலும், மொழியாக்கத் தத்துவத்தின் அடிப்படையில் இவற்றை நாம் அணுக முடியும். இவற்றை ஏன் மொழியாக்கங்கள் என்று நாம் சொல்வதில்லை என்றால் பாத்திரங்கள், சம்பவங்கள் ஒன்றாக இருந்தாலும், நுட்பமான இடைவெளிகள் ஒவ்வொரு ஆக்கத்திலும் தனித்தன்மையோடு நிரப்பப்படுகின்றன. இதன் வழியாகவே ஒவ்வொரு படைப்பும் தனித்த மூலமாகின்றன. நம் சமூகத்தில் பார்ப்பனர் என்ற கருத்தமைவை பௌத்தம், சமணம் தொடங்கி பக்தி சமயங்கள் வரை தொடர்ந்து மொழியாக்கம் செய்திருப்பதாக நம்மால் வாசிக்க முடியும்.[18] என்னுடைய கேள்விகள் இதுதான்: கீழைத்தேயவாதம் பார்ப்பனர்களைப் பாதிரிமார்களாக அர்த்தப்படுத்தியது 'தவறாக' இருக்கும்பட்சத்தில் நம் சமூகம் ஏன் அதை ஏற்றுக்கொண்டது? கீழைத்தேயவாத முன்வைப்புகள் ஏன் பார்ப்பனர்களாலும்கூட எதிர்க்கப்படவில்லை? நாங்கள் பாதிரிமார்கள் இல்லை என்று ஏன் அவர்கள் முன்வைக்கவில்லை? கீழைத்தேயவாதம் எதைச் சாத்தான் வழிபாடு என்று சொன்னதோ அதை 'பிற்போக்கு' என்று ஏன் 'முற்போக்கு' பார்ப்பனர்களும் பார்ப்பனரல்லாதாரும் அப்படியே ஒப்பித்தார்கள்? இவர்கள் ஏன்

---

18 பார்க்க: *Ramanujam* (2020). குறிப்பாக '*Translating Touch-un-ability*' என்ற இயலைப் பார்க்கவும்.

சமயம்/சாதி மடங்களைப் புலப்படக்கூடியதாக ஆக்கவில்லை? வேறு விதமாகக் கேட்பதென்றால், கீழைத்தேயவாத, ஆங்கிலேயவாத முன்வைப்புகள் எப்படி மரபாகப் பார்ப்பனர் என்ற கருத்தமைவு வரையறுக்கப்பட்டதன் மீது மிகச் சுலபமாக அதை நிறுவிக்கொள்ள முடிந்தது?

இந்தக் கேள்விகளை நாம் எதிர்கொள்வதற்குப் பார்ப்பனர் என்ற கருத்தமைவை நம் சமூகம் எவ்வாறு எதிர்கொண்டது என்று முந்தைய கட்டுரையிலும், என்னுடைய நூல்களிலும்[19] விவரித்திருக்கிறேன். இங்கு பாலகங்காதராவின் வாதங்களை மட்டுமே எடுத்துக்கொள்கிறேன். பாலகங்காதரா அவரது வாதத்துக்குப் பலம் சேர்க்கும் விதமாக, 'தம்மபத' (*Dhammapada*) மற்றும் 'சோனாதந்தா சுத்தா' (*Sonadanda Sutta*) ஆகிய இரண்டு பௌத்த நூல்களிலிருந்து மேற்கோள் கொடுக்கிறார். அவரது வாதம் என்னவென்றால் புத்தர் யார் 'உண்மை'யான பார்ப்பனர் என்பது குறித்து விவாதித்தாரே தவிர கிறிஸ்தவப் பாதிரிமார்கள் முன்வைத்தது போன்று அவர்களை ஏமாற்றுப்பேர்வழி, பொய்யர்கள் என்றெல்லாம் முன்வைக்கவில்லை என்கிறார்.[20] நாம் 'சோனாதந்தா சுத்தா'வில் புத்தருக்கும் சோனாதந்தாவுக்கும் இடையேயான உரையாடலை எடுத்துக்கொள்வோம்.

> புத்தர் கேட்கிறார்: 'ஒருவர் "நான் ஒரு பார்ப்பனர்" என்று சொல்வாரானால், அவர் பொய் சொல்கிறார் என்ற குற்றத்துக்கு ஆளாகாமல் மிகச் சரியாக உண்மையைச் சொல்வதாக நாம் எடுத்துக்கொள்ள வேண்டும் என்றால் ஒரு பார்ப்பனராக இருப்பதற்கு எதையெல்லாம் கொண்டிருக்க வேண்டும் என்று பார்ப்பனர்கள் எதையெல்லாம் சொல்கிறார்கள்?'
>
> பிறகு சோனாதந்தா... நிமிர்ந்து உட்கார்ந்துகொண்டு, அங்கு கூடியிருப்பவர்களை ஒருமுறை பார்த்து... அவனது ஆசானிடம் இவ்வாறு சொல்கிறான்: 'கௌதமா, ஒருவர் "நான் ஒரு பார்ப்பனர்" என்று சொல்லும்போது அவர் பொய் சொல்கிறார் என்ற குற்றத்துக்கு ஆளாகாமல் உண்மையைச் சொல்வதாக எடுத்துக்கொள்வதற்கு ஐந்து விஷயங்களைக் கொண்டிருக்க வேண்டும் என்கிறார்கள் பார்ப்பனர்கள். இந்த ஐந்து விஷயங்கள் என்னென்ன? ஐயா, முதலாவதாக

19 ராமாநுஜம் (2016); Ramanujam (2020).
20 Balagangadhara (2014: 130).

அவர் தந்தை வழி, தாய் வழி இரண்டு வழிகளிலும் நல்ல பரம்பரையில் பிறந்தவராக இருக்க வேண்டும். அதாவது, ஏழு தலைமுறைகளுக்கு எத்தகைய கறையும் இல்லாமல், பிறப்பை நிந்தைசெய்ய முடியாத அளவுக்கு நல்ல பரம்பரையில் பிறந்தவராக இருக்க வேண்டும். பிறகு, மறைஞானத்தை மனப்பாடமாகத் தெரிந்துவைத்திருக்கும் அறிஞராக இருக்க வேண்டும். மூன்று வேத சம்ஹிதைகளிலும், வேறுபல ஆய்வுபூர்வமான துறைகளிலும் நிபுணத்துவம் பெற்றவராக இருக்க வேண்டும்...

அவர் பார்ப்பதற்கு லட்சணமானவராகவும் இனிமையானவராகவும் நம்பிக்கை தரக்கூடியவராகவும் நல்ல நிறம் கொண்டவராகவும் இருக்க வேண்டும்... அவர் நற்குணமிக்கவராக, இன்னும் நற்குணமிக்கவராக, மிகவும் நற்குணமிக்கவராக இருக்க வேண்டும்...

மேலும், அவர் படித்தவராகவும் புத்திசாலியாகவும் இருக்க வேண்டும்.'

'பார்ப்பனா, இந்த விஷயங்களில் ஒன்றைத் தவிர்த்து பிற நான்கையும் ஒருவர் கொண்டிருந்தால், பொய் சொல்கிறோம் என்ற குற்றச்சாட்டுக்கு உள்ளாகாமல், அவரைப் பார்ப்பனர் என்று தீர்மானமாகச் சொல்ல முடியுமா?'

'முடியும் கௌதமா, அப்படியாகச் சொல்லிக்கொள்ள முடியும். நாம் நிறத்தைத் தவிர்க்கலாம். நிறம் என்னவாக இருந்தால் என்ன? பிற நான்கையும் அவர் கொண்டிருந்தால்...'

'ஆனால், இந்த நான்கு விஷயங்களில், நாம் ஒன்றைத் தவிர்த்து, பிற மூன்றையும் ஒருவர் கொண்டிருந்தால், அவரைப் பார்ப்பனர் என்று தீர்மானமாகச் சொல்ல முடியுமா?'

'முடியும், கௌதமா. அப்படியாகச் சொல்லிக்கொள்ள முடியும். நாம் சுலோகங்களைத் தவிர்க்க முடியும். சுலோகங்களால் என்ன பயன்? ஒருவர் மற்ற மூன்றையும் அதாவது, நல்ல பிறப்பு, நற்குணம், ஞானம், இவற்றைக் கொண்டிருந்தால் போதுமானது...'

'ஆனால் பார்ப்பனா, இந்த மூன்றில் ஒன்றை நாம் தவிர்த்து, இரண்டை மட்டும் ஒருவர் கொண்டிருந்தால் அவரைப் பார்ப்பனர் என்று தீர்மானமாகச் சொல்ல முடியுமா?'

'முடியும், கௌதமா. அப்படியாகச் சொல்ல முடியும். நாம் பிறப்பைத் தவிர்த்துவிடலாம். யாருக்குப் பிறக்கிறோம் என்பதில் என்ன இருக்கிறது? அவர் மற்ற இரண்டையும், அதாவது நற்குணத்தையும் ஞானத்தையும் கொண்டிருப்பார் என்றால், அவரைப் பார்ப்பனர் என்று பார்ப்பனர்கள் தீர்மானமாகச் சொல்வார்கள்...'

'பார்ப்பனா, அப்படியாக என்றால்' என்று தொடங்கிய ஆசான் மேலும் தொடர்ந்து, 'இந்த இரண்டில் ஒன்றை நாம் ஒதுக்கிவைத்து அதில் ஒன்றை மட்டும் ஒருவர் கொண்டிருந்தால், அவரைப் பார்ப்பனர் என்று தீர்மானமாகச் சொல்ல முடியுமா?' என்று கேட்டார்.'

'அப்படியாக முடியாது கௌதமா!... தார்மீகம் எங்கிருக்கிறதோ அங்கு ஞானம் இருக்கிறது, ஞானம் எங்கிருக்கிறதோ அங்கு தார்மீகம் இருக்கிறது?'

'அப்படியாகத்தான் இருக்கிறது பார்ப்பனா. நானும் அதையேதான் சொல்கிறேன்.'[21]

இந்த உரையாடலை முன்வைத்து, 'பார்ப்பனர்களை, ஏன் ஒருவேளை பார்ப்பனியத்தையும் சேர்த்து புத்தர் விமர்சிக்கிறார் என்பதில் எந்தச் சந்தேகமும் இல்லை. ஆனால் கேள்வி என்னவென்றால், அவர் சாதியமைப்பை நிராகரித்தாரா?' என்று பாலகங்காதரா கேட்கிறார்.[22] பாலகங்காதரா சாதியமைப்பு என்பதை 'காஸ்ட் சிஸ்டம்' (caste system) என்று உபயோகிக்கிறார். பிரச்சினை

21 *Balagangadhara (2014: 130-131)*

22 *Balagangadhara (2014: 129-132). இவரது கருத்துகளைத் தமிழில் அறிமுகப்படும் விதமாக ஜி.எஸ்.ஆர்.கிருஷ்ணன் இரண்டு கட்டுரைகளை 'காலச்சுவடு' இதழில் எழுதியிருக்கிறார்: 1) 'தேடுதலிலிருந்து நாம் ஓய மாட்டோம்: பாலகங்காதராவின் கட்டுரைகள்', காலச்சுவடு, இதழ்: 133, ஜனவரி, 2011. 2) 'சமயம் இல்லாத கலாச்சாரம்: பாலகங்காதராவின் 'The Heathen in His Blindness' நூல் அறிமுகம்', காலச்சுவடு, இதழ்: 126. ஜி.எஸ்.ஆர்.கிருஷ்ணனின் கட்டுரையில், பாலகங்காதரா புத்தகத்தில் உள்ள 'Guilty as Charged' இயல் குறித்து ஏதும் இல்லாதது ஆச்சரியமாக இருக்கிறது.*

என்னவென்றால், ஆங்கிலத்தில் சில ஆய்வாளர்கள் வர்ணத்தை 'காஸ்ட்' என்று சொல்கிறார்கள். ஒரு வர்ணத்துக்குள் இருப்பதை சப்–காஸ்ட் (sub–caste) என்கிறார்கள். யதார்த்தத்தில் இருக்கும் தனித்த சாதிகளை சப்–சப்–காஸ்ட் (sub–sub–caste) என்கிறார்கள். பாலகங்காதரா வர்ணம் அடிப்படையிலான முறைமையை புத்தர் நிராகரிக்கவில்லை என்கிறாரா அல்லது தனித்த சாதிகளை புத்தர் நிராகரிக்கவில்லை என்கிறாரா என்பது தெளிவாக இல்லை. அவரது வேறொரு நூலில், 'பிரிட்டீஷார்களின் இந்திய அனுபவத்தை ஒழுங்கமைப்பதுதான் 'சாதியமைப்பு'. அவர்களது அனுபவம் சார்ந்து சில அரசியல்ரீதியான, பொருளாதாரரீதியான திட்டங்களை நடைமுறைப்படுத்தினார்கள். ஆனால், இந்த அனுபவம் 'சாதியமைப்பைச் சார்ந்ததல்ல'. சொல்லப்போனால், இந்த அனுபவம் அதற்குள்ளாக எதையும் கொண்டிருக்கவில்லை என்றாலும், இந்தியர்களுக்குள்ளான நடைமுறைகளை அமைப்பாக்கம் செய்வதாக இருந்தது. ஒரு 'முறைமை'யை உருவாக்குவதன் ஊடாக பிரிட்டீஷ்காரர்கள் அவர்களது பண்பாட்டுரீதியான அனுபவத்துக்கு நிலைத்தன்மையையும் ஒருங்கிணைவையும் உருவாக்கிக்கொண்டார்கள். சாதியமைப்பும் இந்திய மதங்களும் [ரிலிஜியன் என்ற அர்த்தத்தில்] இத்தகைய பிரத்யேக முறையில் கட்டமைக்கப்பட்டதாகும்' என்கிறார்.[23] ஆக, பாலகங்காதரா 'காஸ்ட்' என்ற சொல்லைத் தனித்த சாதிகள் என்ற அர்த்தத்தில் உபயோகிப்பதாக எடுத்துக்கொள்ள முடியும். ஆனால், புத்தருக்கும் சோனாதந்தாவுக்கும் இடையே நடக்கும் உரையாடலில் சாதி எங்கே வருகிறது? பார்ப்பனர் என்ற கருத்தமைவின் லட்சணத்தை ஸ்தூலமான பார்ப்பனர்களிடமிருந்து வேறுபடுத்த மட்டுமே புத்தர் முயல்கிறார். ஆனால், இத்தகைய நிலைப்பாட்டை பௌத்தர்கள், சமணர்கள் மட்டுமில்லாமல், நகரத்தில் வாழ்ந்த பார்ப்பனர்களில் ஒரு சாராரும் முன்வைத்தார்கள். புத்தருக்கு முன் படைக்கப்பட்ட உபநிடதங்கள் இந்தச் சிக்கல் குறித்துப் பேசுகின்றன. நகரப் பார்ப்பனர்களும் கிராமத்தை மையமாகக் கொண்டிருக்கும் வேத பார்ப்பனியத்தை விமர்சித்தார்கள். வேள்விகள் அர்த்தமற்றவை என்றார்கள். குடும்பம் மையமாக இருப்பதை நிராகரித்தார்கள். புத்தரது காலத்தில், உபநிடதங்கள் படைக்கப்பட்ட காலத்தில் நடந்த உரையாடல்களை ஒலிவெல் கிராமம்–நகரம், குமுகம்–தனிநபர், குடும்பம்–துறவறம் ஆகிய

23 *Balagangadhara (2012: 54).*

அச்சுகளின் ஊடாக அணுகுகிறார்.[24] புத்தருக்கும் சோனாதந்தாவுக்கும் இடையேயான உரையாடலில் பார்ப்பனர் என்ற கருத்தமைவின் உள்ளடக்கத்தை புத்தர் மறுவரையறுக்கிறாரே தவிர, பார்ப்பனர்களின் நிலைப்பாட்டை மறுதலிக்கிறாரே தவிர பார்ப்பனர் என்ற கருத்தமைவை நிராகரிக்கவில்லை. அதாவது, ‘உண்மையான பார்ப்பனர்’ என்பதற்கான உள்ளடக்கத்தை சோனாதந்தா வாயிலாக புத்தர் முன்வைக்கிறார். கீழைத்தேயவாதமும் பார்ப்பனர்கள் ‘உண்மை’யான பாதிரிமார்களாக இல்லை என்றது.

கீழைத்தேயவாதமும் ஆங்கிலேயவாதமும் சாதியத்தை ஒரு முறைமையாக வடிவமைத்தன. இவை முன்வைத்த கதையாடல்களில் சாதிய முறைமையை உருவாக்கியவர்கள் இந்து மதப் பாதிரிமார்களான பார்ப்பனர்கள். நம்முடைய கடந்த காலம் இத்தகைய எளிமைப்பட்ட வாசிப்புக்கு இடம் கொடுக்கவில்லை. இந்த எளிமைப்பட்ட வாசிப்பானது பார்ப்பனரல்லாதார், தலித் கதையாடல்களில் பெருமளவு பங்காற்றுகிறது. நாம் இந்தக் கதையாடல்களை விமர்சனபூர்வமாக அணுக வேண்டியுள்ளது. பாலகங்காதரா மற்றும் அவரது நிலைப்பாட்டை ஏற்றுக்கொள்ளும் ஆய்வாளர்கள் கீழைத்தேயவாதம் குறித்தும், ஆங்கிலேயவாதம் குறித்தும் முன்வைக்கும் விமர்சனங்களில் உள்ள கேள்விகளை ஏற்றுக்கொள்ள வேண்டியிருக்கும் அதே வேளையில் நாம் இவர்களது நிலைப்பாட்டையும் விமர்சனபூர்வமாக அணுக வேண்டியுள்ளது. நம் சமூகத்தில் நிலவும் சாதிகளை, தீண்டாமையை, பார்ப்பன மேலாண்மையை நம்முடைய அனுபவம் சார்ந்து, நம்முடைய வகைமைகளை, சொல்லாக்கங்களைக் கொண்டு அர்த்தப்படுத்துவதற்கு இவர்கள் முயற்சியேதும் எடுப்பதில்லை. கீழைத்தேயவாதிகளும் ஆங்கிலேயவாதிகளும் நம் சமூகத்தை அவர்களுடைய மண்டைக்குள் அவர்களுக்குச் சாத்தியப்பட்ட கருத்தாக்கச் சட்டங்களைக் கொண்டு அர்த்தப்படுத்தியது தவறு என்றால், அவர்களுடைய அனுபவங்களை ஒழுங்கமைத்துக்கொள்ளத்தான் இத்தகைய வாசிப்புகளை முன்வைத்தார்கள் என்றால், நம் சமூகம் அவற்றை ஏன் ஏற்றுக்கொண்டது? இங்கு சுவாரஸ்யமான விஷயம் என்னவென்றால், பௌத்தமும் சமணமும் பார்ப்பனர் என்ற கருத்தமைவின் திரளுருவாகத் தங்களை பாவித்துக்கொண்ட பார்ப்பனர்களை எத்தகைய தளத்திலிருந்து விமர்சித்தனவோ, பக்தி சமயங்கள் எத்தகைய தளத்திலிருந்து விமர்சித்தனவோ, அதற்கு

24 *Olivelle (1992).*

நிகரானதாகக் கீழைத்தேயவாதிகளின் விமர்சனமும் மாறியது. பார்ப்பனர் என்ற கருத்தமைவு உள்ளார்ந்து கொண்டிருக்கும் ‘உபரி’யே பார்ப்பனர்களைப் பாதிரிமார்களாக விவரிப்பதைச் சாத்தியப்படுத்தியது. இந்த ‘உபரி’தான் பல மொழியக்கங்களைச் சாத்தியப்படுத்துகிறது. (இது பார்ப்பனர் என்ற கருத்தமைவின் குறிப்பான்களாக இருக்கும் ஸ்தூலமான பார்ப்பனர்களுக்கு சாதகமானது.) கேள்வியில் உள்ள ஒற்றுமையைப் பாருங்கள்: குடும்பஸ்தர்களாக இருந்துகொண்டு எப்படி ஒரு துறவிக்கான அந்தஸ்தைக் குடும்பஸ்தப் பார்ப்பனர்கள் கோர முடியும் என்று பௌத்தம் கேட்டது என்றால், குடும்பஸ்தர்களாக இருந்துகொண்டு பார்ப்பனர்கள் எப்படிப் பாதிரிமார்களுக்கான அந்தஸ்தைக் கோர முடியும் என்று சேவியர் கேட்கிறார். பௌத்தமும் சமணமும் துறவறத்தை முன்வைத்து பார்ப்பனர்கள் கோரியதை எதிர்த்தன என்றால், பக்தி சமயங்கள் குடும்பஸ்தர்களை முன்வைத்து பார்ப்பனர்கள் கோரியதை எதிர்த்தன. இவற்றுக்கு நிகராகக் கத்தோலிக்கப் பாதிரிமார்களின், பிராட்டஸ்டன்ட் பாதிரிமார்களின் முன்வைப்புகள் இந்தியாவில் உள்ள பல்வேறு சமயப் பார்வைகளில் மேலும், ஒரு சமயப் பார்வையாக மாறியது. இந்தப் பார்வையே ‘முற்போக்கு’ பார்வையாக மாறிவிட்டது. ஒருபக்கம் இந்து மதம் என்று கீழைத்தேயமும் ஆங்கிலேயமும் முன்வைத்ததை இந்துத்துவ அமைப்புகளும் தாராளவாதிகளும் ஏற்றுக்கொண்டார்கள் என்றால், பார்ப்பனர்களை இந்து மதத்தின் பாதிரிமார்களாக முன்வைத்த பார்வையையும், சாதியை ஒரு முறைமையாக வடிவமைத்த பார்வையையும் பார்பனரல்லாத இயக்கங்கள் ஏற்றுக்கொண்டன. ஆனால், கீழைத்தேயம் கேட்டுக்கொண்ட முக்கியமான கேள்வி ஒன்றை நாம் தவறவிடுகிறோம். சாதிகள் மதரீதியான அமைப்பா அல்லது குடிமை அமைப்பா?

சாதிகள் மதரீதியான அமைப்பா அல்லது குடிமை அமைப்பா என்ற கேள்வி முக்கியமானது. எடுத்துக்காட்டாகச் சொல்வதென்றால், கருத்தாக்கத் தளத்தில் இந்து மதத்தை ஒழிக்காமல் சாதியை ஒழிக்க முடியாது என்கிறார்கள் அம்பேத்கரும் பெரியாரும். ஆனால், இவர்களது அரசியல்ரீதியான வெளிப்பாடுகள் சாதியைக் குடிமைச் சமூகத்தின் பகுதியாகவே எதிர்கொண்டன. கோயில் நுழைவுப் போராட்டமாகட்டும், மஹத் குளத்தை தலித்துகள் உபயோகிப்பதற்கான போராட்டமாகட்டும் அவை குடிமை உரிமை சார்ந்தே முன்வைக்கப்பட்டன. சாதிகளின் சமூகரீதியான வெளிப்பாட்டில், அரசியல்ரீதியான வெளிப்பாட்டில் உள்ள

சமத்துவவாதத் தன்மையற்ற நிலையை நாம் குடிமை உரிமை சார்ந்துதான் அணுகுகிறோம். தலித்துகளுக்கு எதிராக நடக்கும் கொடுமைகளை நாம் குடிமை உரிமை சார்ந்துதான் எதிர்கொள்கிறோம். ஆனால், கருத்தாக்கத் தளத்தில், சாதிகளை மதரீதியாக அங்கீகரிக்கப்பட்ட ஒரு முறைமையாகப் பார்க்கிறோம். இந்து மதத்தின் பாதிரிமார்களான பார்ப்பனர்களால் உருவாக்கப்பட்டு, கடவுளின் பெயரால், இயற்கையின் பெயரால் நியாயப்படுத்தப்படுவதாக முன்வைக்கிறோம். இந்தப் பிரச்சினையைக் கீழைத்தேயவாதிகளும் ஏற்றுக்கொள்ள வேண்டியிருந்தது. 'கத்தோலிக்கக் கிறிஸ்தவமானது 'சர்ச்'சை மத நிறுவனமாகப் பார்த்தது. அதாவது, ஒரே சமயத்தில் அது தெய்வீகத்தன்மை கொண்டிருப்பதாகவும், மானுடத்தன்மை கொண்டிருப்பதாகவும் பார்த்தது. மானுடர்களால் நடத்தப்பட்டாலும், 'சர்ச்' இந்தப் புவியில் கடவுளின் நோக்கத்தை நிறைவுசெய்வதாகப் பார்த்தது. இருந்தாலும், பிராட்டடஸ்டன்ட் சீர்திருத்தவாதிகளைப் பொறுத்தமட்டில் 'சர்ச்' நிறுவனமோ அல்லது கத்தோலிக்கப் பாதிரிமார்களோ இந்தப் புவியில் கடவுளின் தேவையைப் பிரதிநிதித்துவப்படுத்துகிறவர்களாக இல்லை. 'சர்ச்' மதரீதியாக அதை வெளிப்படுத்திக்கொள்ளும் மானுட நிறுவனம் மட்டுமே என்றது. இவ்வாறு வெளிப்படுத்திக்கொள்வதன் ஊடாகவே தெய்வீகக் கட்டளைகள் என்ற பெயரில் கிறிஸ்தவ நம்பிக்கையாளர்கள் மத்தியில் மானுடக் குறுக்கீடுகள் செய்தது' என்கிறார்கள் ரோவரும் கிளேர்ஹவுட்டும்.[25] இத்தகைய புரிதலின் அடிப்படையில் சாதிகள் பார்க்கப்பட்டன. அதாவது, சாதி பொய்யான மதத்தின் வெளிப்பாடு. கத்தோலிக்கப் பாதிரிமார்கள் 'சர்ச்' என்ற மானுட நிறுவனத்தைக் கிறிஸ்தவக் கடவுளின் பெயரால் காப்பாற்றியதுபோல், பார்ப்பனர்கள் தெய்வீகக் கட்டளை என்ற பெயரில் சாதி என்ற மானுட நிறுவனத்தைக் காப்பாற்றிவருகிறார்கள் என்றானது. 'இந்து முறைமையோடு பரிச்சயம் கொண்டிருக்கும் ஒவ்வொருவரும், இவையெல்லாம் முழுவதுமாகப் பார்ப்பனர்கள் செய்திருப்பது என்பதைத் தெள்ளத்தெளிவாகப் பார்க்க முடியும். இந்தப் பார்ப்பனர்கள் தங்களை அரசர்களுக்கும் மேலானவர்களாகக் கருதியதோடு மட்டுமல்லாமல், மொத்த தேசமும் அவர்களது காலடியில் விழுந்து வணங்குமாறு செய்திருக்கிறார்கள்' என்கிறார் வில்லியம் வார்ட் என்ற பிராட்டடஸ்டன்ட் சமயப் பரப்பாளர்.[26] கத்தோலிக்கப் பாதிரிமார்கள் கிறிஸ்தவக் கடவுளுக்கு உண்மையாக

25 *Roover and Claerhout (2015: 21).*
26 *in Ibid., p. 22.*

இல்லை என்று விமர்சித்த பிராட்டஸ்டன்ட் பாதிரிமார்கள், தாங்களே கிறிஸ்தவக் கடவுளுக்கு உண்மையாக இருப்பதாகக் கோரினார்கள். இத்தகைய விமர்சனத்தின் ஊடாக, பிராட்டஸ்டன்ட் கிறிஸ்தவர்கள் தங்களை மேலும், 'உண்மை'யான கிறிஸ்தவர்களாக வரையறுத்துக்கொள்கிறார்கள். அதாவது, 'உண்மை'யான கிறிஸ்தவர் என்ற கருத்தமைவின் அடிப்படையில் கத்தோலிக்கக் கிறிஸ்தவர்கள் 'மோசமான' அல்லது 'தவறான' மொழியாக்கமாகிறார்கள். ஆனால், இந்த விமர்சனத்தின் பண்பு இவ்விரண்டு பிரிவினரையும் இரண்டு தனித்த மதங்களாக்காமல் கிறிஸ்தவ மதம் என்பதன் பகுதியாகத் தொடரும் சாத்தியப்பாட்டை உருவாக்கிக்கொடுக்கிறது. அந்த வாசிப்பின் அடிப்படையில் நாம் பக்தி சமயங்களை வாசிப்போம் என்றால், வைணவர்களாக இருப்பவர்கள் 'உண்மை'யான வைணவர் என்ற கருத்தமைவின் மோசமான மொழியாக்கம் என்று முன்வைத்து சைவம் தோன்றவில்லை. அத்வைதியாக இருப்பவர்கள் 'உண்மை'யான அத்வைதி என்ற கருத்தமைவின் மோசமான மொழியாக்கம் என்று முன்வைத்து சைவ சித்தாந்தமோ லிங்காயத்தோ தோன்றவில்லை.

பக்தி சமயங்கள் 'உண்மை'யான பார்ப்பனர் என்ற கருத்தமைவை மையமாகக் கொண்டிருந்தன ('உண்மை'யான கிறிஸ்தவர் என்ற கருத்தமைவு கிறிஸ்தவத்தில் செயலாற்றியதுபோல்). பார்ப்பனர்களாக இருப்பவர்கள் பார்ப்பனர் என்ற கருத்தமைவுக்கு 'உண்மையாக' இல்லாமல், அந்தக் கருத்தமைவின் 'மோசமான' அல்லது 'தவறான' மொழியாக்கமாகிறார்கள். இத்தகைய மொழியாக்கத்தின் ஊடாகவே வைணவர்கள், சைவ சித்தாந்திகள், லிங்காயத்துகள் போன்ற சமயங்கள் தோன்றின. பாலகங்காதராவும் அவரைப் போன்ற ஆய்வாளர்களும் இதையெல்லாம் பார்க்கத் தவறுகிறார்கள். கீழைத்தேயவாதிகளை, ஆங்கிலேயவாதிகளை விமர்சிப்பதோடு தங்களை மட்டுப்படுத்திக்கொள்கிறார்கள். நம்முடைய அனுபவங்களை, குறிப்பாகத் தீண்டாமையைக் கணக்கில் எடுத்துக்கொள்ளத் தவறுகிறார்கள். இவர்களது நிலைப்பாட்டின் மோசமான விளைவு என்னவென்றால், சாதிகளும் தீண்டாமையும்கூட கீழைத்தேயவாதிகளின், ஆங்கிலேயவாதிகளின் மண்டைக்குள் இருக்கும் ஒன்றாகச் சுருக்கப்படுகின்றன.

கீழைத்தேயவாத முன்வைப்புகள் இந்தச் சமூகத்தில் கத்தோலிக்க, பிராட்டஸ்டன்ட் பாதிரிமார்கள் பெற்ற அனுபவரீதியானதை ஒழுங்கமைத்தனவே தவிர நம் சமூக யதார்த்தத்தைப் பிரதிபலிக்கவில்லை என்றால், கீழைத்தேயவாத முன்வைப்புகளைப்

பார்ப்பனர்களும் பார்ப்பனரல்லாதவர்களும் விமர்சனமற்று ஏற்றுக்கொண்டதை ஒரு கதையின் ஊடாகப் புரிந்துகொள்ள முயல்வோம். கீழைத்தேயவாதிகள் பார்ப்பனர்களைப் பாதிரிமார்களாக அர்த்தப்படுத்தியதை நம் சமூகம் எவ்வாறு ஏற்றுக்கொண்டது என்பதைப் புரிந்துகொள்ள நாம் 'சைலன்ஸ்' என்ற ஜப்பானிய நாவலை எடுத்துக்கொள்வோம். 1966-ல் சுஷாகு எண்டோ (*Shusaku Endo*) எழுதிய இந்த நாவல் இதே பெயரில் மார்ட்டின் ஸ்கோர்செசி (*Martin Scorsese*) இயக்கத்தில் 2016-ல் திரைப்படமாக வெளிவந்துள்ளது. இந்த நாவல் இரண்டு உலகப் பார்வைகளுக்கு இடையேயான மோதலாக விவரிக்கப்படுகிறது. ஜப்பானிய மரபான இறையியலை முன்னிறுத்தும் ஜப்பானிய அரசுக்கும், கிறிஸ்தவ இறையியலை மேலானதாக நிறுத்தும் கிறிஸ்தவப் பாதிரிமார்களுக்கும் இடையேயான மோதலாகிறது. கிறிஸ்தவ நம்பிக்கைகளைப் பரப்புவதற்கு ஜப்பான் வரும் ஃபாதர் ஃபெரைரா, ஜப்பானிய அரசின் கொடூரமான துன்புறுத்தலின் காரணமாக அவரது கிறிஸ்தவ நம்பிக்கையை விட்டு வெளியேறி ஜப்பானிய வாழ்க்கைமுறையையும் ஜப்பானியக் கடவுளையும் ஏற்றுக்கொள்கிறார். அதோடு மட்டுமல்லாமல், கிறிஸ்தவக் கடவுளுக்கு எதிராக எழுதுவதற்குக் கட்டாயப்படுத்தப்படுகிறார். இத்தாலியில் இருக்கும் ஃபாதர் ஃபெரைராவின் மாணவரான ஃபாதர் ரோட்ரீகஸ் அவருடைய ஆசிரியர் கிறிஸ்தவ நம்பிக்கைகளை விட்டு வெளியேறிவிட்டார் என்ற செய்தியைக் கேள்விப்பட்டு அதை நம்ப மறுக்கிறார். இது உண்மைதானா என்று அறிந்துகொள்ள, தன் உயிருக்கு உத்தரவாதம் இல்லை என்றபோதும் ஜப்பான் வருகிறார். ஒரு கிராமத்தில், முன்னரே கிறிஸ்தவர்களாக மாறிய மக்களுக்குக் கிறிஸ்தவச் சடங்குகளைச் செய்துகொண்டு ரகசியமாக வாழ்ந்துவருகிறார். அதேசமயத்தில், அவரது ஆசிரியர் பற்றி செய்தி சேகரிக்கவும் முயல்கிறார். இவர் இருப்பதை அறிந்துகொள்ளும் ஜப்பான் அரசு இவரைக் கைதுசெய்கிறது. ஃபாதர் ரோட்ரீகஸ் கிறிஸ்தவ நம்பிக்கையை விட்டு வெளியேறுவதற்குக் கட்டாயப்படுத்தப்படுகிறார். ஆனால், அவரை உடல்ரீதியாகத் துன்புறுத்துவதற்குப் பதிலாக, கிறிஸ்தவ நம்பிக்கையை ஏற்று கிறிஸ்தவர்களாக மாறிய குடியானவர்கள் ஒவ்வொருவரும் கிறிஸ்தவ நம்பிக்கையை மறுதலிக்க வேண்டும் என்று அவரது கண் முன்னால் கொடூரமாகச் சித்திரவதை செய்யப்படுகிறார்கள். அவ்வாறு மறுதலிக்க மறுப்பவர்கள் கொலைசெய்யப்படுகிறார்கள். நாவலின் இறுதிப் பகுதியில் ஜப்பானிய அரசின் உத்தியாக, அவர்களது கண்காணிப்பில் ஃபாதர் ஃபெரைராவும் ஃபாதர் ரோட்ரீகஸும்

சந்திக்க வைக்கப்படுகிறார்கள். இவர்களுக்கு இடையேயான விவாதம் ஜப்பானியக் கடவுள் குறித்தும், கிறிஸ்தவக் கடவுள் குறித்தும் அமைகிறது.

ஃபாதர் ரோட்ரீகஸ் இவ்வாறு தன் வாதங்களை முன்வைக்கிறார்: 'நீங்கள் இங்கு வந்தபோது எங்கும் 'சர்ச்'சுகள் கட்டப்பட்டன. காலையில் நறுமணம் வீசும் மலர்கள்போல் நம்பிக்கை அவ்வளவு புத்துணர்வோடு எங்கும் பரவியிருந்தது. ஜோர்டான் நகரில் யூதர்கள் ஞானஸ்தானம் எடுத்துக்கொள்ள முண்டியடித்தது போல் மக்கள் இங்கு முண்டியடித்துக்கொண்டார்கள்' என்று சொல்லி கிறிஸ்தவர்களாக மாறிய ஜப்பானியர்கள் கிறிஸ்தவக் கடவுளை ஏற்றுக்கொண்டார்கள் என்றும், அவர்களுக்கு ஃபாதர் ஃபெரைரா துரோகம் செய்துவிட்டதாகவும் குற்றஞ்சாட்டுகிறார். இந்தக் குற்றச்சாட்டுக்கு ஃபாதர் ஃபெரைரா கொடுக்கும் பதில் மிக முக்கியமானது. அவர் சொல்கிறார்: 'ஜப்பானியர்கள் நம்பியது நம்முடைய கடவுளை அல்ல. அவர்களது கடவுளைத்தான். நாம் இதை உணரத் தவறிவிட்டோம். அவர்கள் கிறிஸ்தவர்களாக மாறிவிட்டார்கள் என்று திடமாக நம்பியிருந்தோம். நான் இதைச் சொல்வது உன்னை ஏற்றுக்கொள்ளவைக்கவோ அல்லது என் செயலை நியாயப்படுத்தவோ அல்ல. நான் சொல்வதை எவரும் நம்பப்போவதில்லை என்று எனக்குத் தெரியும். நீ மட்டுமல்ல, மகாவோவில் உள்ள, கோவாவில் உள்ள பாதிரிமார்கள் எவருமே நம்பப்போவதில்லை. ஆனால், இருபது வருடங்களாக நான் ஜப்பானியர்களுக்கு மத்தியில் வாழ்ந்துவருவதால் எனக்கு இது தெரியும். கொஞ்சம் கொஞ்சமாக, நாம் உணராதபடி நாம் விதைத்தவையெல்லாம் அழுகிப்போயின. மேலும், பிரான்ஸிஸ் சேவியரும் (ஜப்பானில் கிறிஸ்தவத்தை அறிமுகப்படுத்தியவர்) இதைக் கவனிக்கத் தவறினார். அவருடைய வார்த்தையான தேயஸ் (Deus) ஜப்பானில் மிகச் சுலபமாக தைனிச்சி (Dainichi) என்றானது. சூரியக் கடவுளை வணங்கும் ஜப்பானியர்களுக்கு உச்சரிப்பில் தேயஸும் தைனிச்சியும் ஒன்றானது. தொடக்கத்திலிருந்தே இவர்கள் இரண்டு சொற்களையும் போட்டுக் குழப்பிக்கொண்டு முற்றிலும் வேறான ஒன்றை உருவாக்கிக்கொண்டார்கள். வார்த்தையில் உள்ள குழப்பம் நீங்கினாலும், இந்தத் திருகலும் திரிபும் ரகசியமாகத் தொடர்ந்துகொண்டே இருக்கின்றன. நீ சொல்லும் கிறிஸ்தவத்தின் பிரகாசமான காலத்திலும் அவர்கள் கிறிஸ்தவக் கடவுள் மீது நம்பிக்கை கொண்டிருக்கவில்லை; திரிக்கப்பட்டதன் மீதுதான் நம்பிக்கை கொண்டிருந்தார்கள்.'

தேயஸ் என்பது தைனிச்சி ஆனதுபோல் நம் சமூகத்தில் தேயஸும் முருகனும் கிருஷ்ணனும் ராமனும் ஒன்றன் மீது ஒன்று பரவி வேறு ஏதோ ஒன்றாக உருவெடுக்கவில்லை. இங்கு 'உண்மை'யான பாதிரிமார்கள் என்ற கருத்தமைவு, இந்து மதத்தின் போலியான பார்ப்பனப் பாதிரிமார்கள் மீது கவிழ்ந்து வேறொன்றாக மாறியது. அதாவது, பார்ப்பனர் என்ற கருத்தமைவை மொழியாக்கம் செய்து எவ்வாறு பல சமயங்கள் தோன்றினவோ அதற்கு நிகராகக் கிறிஸ்தவமும் அத்தகைய மொழியாக்கத்தில் ஈடுபட்ட ஒரு சமயமானது. பார்ப்பனர்களை விமர்சித்த பார்வை எதுவும் பார்ப்பனர் என்ற கருத்தமைவை நிராகரிக்கவில்லை. இதை ஏற்றுக்கொள்வது நமக்குச் சங்கடமாக இருக்கலாம். இருந்தாலும், இந்தப் புரிதலை நாம் ஒதுக்கித்தள்ள முடியாது. கீழைத்தேயவாத முன்வைப்புகளை ஒருபக்கம் பார்ப்பனர்கள் விமர்சனமற்று ஏற்றுக்கொண்டார்கள் என்றால், மறுபக்கம் பார்ப்பனரல்லாதாரும் ஏற்றுக்கொண்டார்கள். பாலகங்காதராவும் அவரது நிலைப்பாட்டை ஏற்றுக்கொள்ளும் ஆய்வாளர்களும் தவறவிடும் விஷயம் இதுதான்: பார்ப்பனர் என்ற கருத்தமைவு எத்தகைய உள்ளடக்கத்தைக் கொண்டிருந்தாலும் அதைக் குறிக்கும் குறிப்பான்களாகிறார்கள் குடும்பஸ்தர்கள். சாதியத்தின் உள்ளார்ந்த பண்பைப் பார்ப்பனர்களும் தீண்டப்படாதவர்களும்தான் புலப்படுத்துகிறார்கள். இதில்தான் பார்ப்பனர்களின் மேலாண்மையும் தீண்டப்படாதவர்களின் ஒதுக்குதலும் அடங்கியுள்ளது. நாம் முந்தைய கட்டுரையில் பார்த்ததுபோல் பார்ப்பனர்களின் மேலாண்மை சந்நியாசிகளைச் சார்ந்திருக்கிறதே தவிர பூசாரிகளாகவும் புரோகிதர்களாகவும் இருக்கும் குடும்பஸ்தப் பார்ப்பனர்களைச் சார்ந்தில்லை. இங்கு சிக்கல் என்னவென்றால், *பார்ப்பனர்* என்ற கருத்தமைவை எதிர்ப்பதற்கு ஸ்தூலமான பார்ப்பனர்களும், பார்ப்பனர் என்ற கருத்தமைவை நிலைநிறுத்துவதற்கு ஸ்தூலமான தீண்டப்படாதவர்களும் மிக அவசியமாகிறார்கள். ஸ்தூலமான பார்ப்பனர்களும் ஸ்தூலமான தீண்டப்படாதவர்களும் இல்லாமல் சாதிய ஒழுங்கு சாத்தியமில்லை. இதை பாலகங்காதரா போன்ற ஆய்வாளர்கள் புரிந்துகொள்ளவில்லை.

தீண்டவியலா ஊனத்தை மடைமாற்றிவிடுதல்

கீழைத்தேயவாதிகளும் ஆங்கிலேயவாதிகளும் சாதிகளுக்கு இடையேயான பௌதிக, மீபௌதிக உறவை ஒரு முறைமையாக்கினார்கள்; சாதிகளை இந்து மதத்தின்

நிறுவனமாக்கினார்கள். பார்ப்பனர்கள் இந்து மதப் பாதிரிமார்களானார்கள் என்றால் தலித்துகள் மட்டுமே தீண்டப்படாதவர்களானார்கள். பௌத்தம், சமணம் இரண்டும் இந்து மதத்தையும் பார்ப்பனர்களையும் பார்ப்பனியத்தையும் எதிர்க்கும் மதங்களாயின. பார்ப்பனியம் பார்ப்பனர்களின் வாழ்க்கைமுறையானது. அதுவும் புரோகிதர்கள், பூசாரிகளோடு மட்டுப்படுத்தப்பட்டதானது. சந்நியாசிகள் இந்தச் சட்டகத்துக்கு அடைபடாதவர்களானார்கள். இதன் விளைவாக, பார்ப்பனரல்லாத சாதிகளும் தலித் சாதிகளும் பார்ப்பனியத்துக்கு வெளியே இருப்பவையாயின. பார்ப்பன சந்நியாசிகள் இந்தச் சட்டகத்தில் புலப்படாதவையாக இருப்பதுபோலவே, பார்ப்பனரல்லாத குமுகங்களில், தலித் குமுகங்களில் உள்ள புரோகிதர்களும் பூசாரிகளும் சந்நியாசிகளும் துறவிகளும் புலப்படாதவர்களானார்கள். இதனாலேயே நாம் அசமூகரீதியானதாக வரையறுத்துக்கொள்ளும் சமயம்/சாதி மடங்களை நம்மால் சாதிகள் குறித்தான கதையாடல்களுக்குள் கொண்டுவர முடியவில்லை. மொத்தத்தில், பார்ப்பனியம் என்பது பார்ப்பனப் புரோகிதர்களோடும் பூசாரிகளோடும் சுருங்கிப்போனது. இது கத்தோலிக்க, பிராட்டஸ்டன்ட் கீழைத்தேயவாதங்கள் நமக்குக் கொடுத்தது. இதன் விளைவு என்னவென்றால், சமூகரீதியாக, பண்பாட்டுரீதியாகத் தனித்த சாதிகள் ஒரு தளத்திலும், அரசியல்ரீதியான கருத்தாக்கங்கள் மற்றொரு தளத்திலும் ஒரே சமயத்தில் இயங்குவதாகின. அதாவது, சாதிகள் எவ்வாறு அதன் உள்ளார்ந்த பண்பை வெளிப்படுத்துகின்றனவோ அதற்கு நிகராக நவீனக் கருத்தாக்கங்களும் அவற்றுக்கான உள்ளார்ந்த பண்பை வெளிப்படுத்தக்கூடியதாகின. தீண்டாமையை நடைமுறைப்படுத்துவதன் ஊடாகவே தனித்த சாதிகள் சமூகரீதியாகவும் பண்பாட்டுரீதியாகவும் அவற்றை நிலைநிறுத்திக்கொள்கின்றன என்றால், நவீனக் கருத்தாக்கங்கள் தீண்டாமையை மடைமாற்றிவிடுகின்றன. அதாவது, இந்து என்ற கருத்தாக்கத்தை முதன்மைப்படுத்தும் ஆர்எஸ்எஸ்ஸானது தீண்டாமையை இந்தச் சமூகத்தில் உள்ள சமயம்/சாதி அடிப்படையில் வாழ்ந்துகொண்டிருக்கும் குடும்பஸ்தர்களுக்கு மடைமாற்றிவிடுகிறது; பார்ப்பன சாதிகள் தங்களைப் பார்ப்பனர்களாக வரையறுத்துக்கொள்வதற்கு அவர்களது தீண்டவியலா ஊனத்தை மற்றவர்களுக்கு மடைமாற்றிவிடுகிறார்கள்; பார்ப்பனரல்லாத சாதிகள் அரசியல்ரீதியாகத் தீண்டாமையைப் பார்ப்பனர்களுக்கு மடைமாற்றிவிடுகிறார்கள்; தலித் சாதிகள் தலித்தல்லாதவர்களுக்கு மடைமாற்றிவிடுகிறார்கள். அதே சமயத்தில்

நவீனக் கருத்தாக்கத் தளத்தில் தீண்டாமையின் மொத்த சுமையும் தலித்துகளுக்கு மடைமாற்றிவிடப்படுகிறது.

இந்த விளையாட்டில் தீண்டாமையின் மூலக்காரணமாக இருக்கும் சமயம்/சாதி மடங்களும் இந்து மடமான ஆர்எஸ்எஸ்ஸும் பண்பாட்டுரீதியாகப் புலப்படாதவையாக மாறிவிடுகின்றன. நவீனக் கருத்தாக்கங்கள் அடிப்படையிலான நாம்-சுயங்கள் தீண்டவியலா என்ற ஊனத்தை மடைமாற்றிவிட்டே அதை நிலைநிறுத்திக்கொள்கின்றன. இதன் விளைவாக அரசியல்ரீதியான, கோட்பாட்டுரீதியான எழுவாய் இத்தகைய நவீனக் கருத்தாக்கங்களை மட்டுமே சார்ந்திருக்கும் ஒருவிதமான நாம்-சுயங்களை உருவாக்குகிறது. அதாவது, அரசியல்ரீதியான பார்ப்பனர் என்ற கருத்தாக்கம் தேசியவாதம், நவீன அரசு, இந்து பெரும்பான்மைவாதம் ஆகியவற்றின் அடிப்படையில் இந்து என்ற நாம்-சுயத்தை வடிவமைத்துக்கொண்டு, இதை அமைப்பாக்கம் செய்யும் பகுதிகளுக்கு இடையேயான வேறுபாடுகளை மறுதலிப்பதுபோலவே பார்ப்பனரல்லாதார், தலித் ஆகிய நவீனக் கருத்தாக்கங்கள் ஜனநாயக அரசியலை முன்வைத்து குடியுரிமை, சமத்துவம், சமூகநீதி ஆகியவற்றின் அடிப்படையில் நாம்-சுயத்தை வடிவமைத்துக்கொள்கின்றன. இந்த நாம்-சுயங்களும் இவற்றை அமைப்பாக்கம் செய்யும் பகுதிகளுக்கு இடையேயான வேறுபாடுகளை மறுதலிக்க வேண்டியுள்ளது. அதேசமயத்தில், இந்த நாம்-சுயத்தின் பகுதியாக இருக்கும் எழுவாய், பண்பாட்டுரீதியாகவும் சமூகரீதியாகவும் சாதிய நாம்-சுயமாக வெளிப்படுத்திக்கொள்ள வேண்டியுள்ளது. இந்தப் பிளவு குறித்து நாம் இன்னும் விவாதிக்கத் தொடங்கவில்லை. அவ்வளவு ஏன், பிளவு இருப்பதை அங்கீகரிக்கவும் இல்லை. அதேசமயத்தில், இவ்விரண்டும் கட்டம் கட்டியதுபோல் செயல்படுவதுமில்லை; செயல்படவும் முடியாது. இவ்விரண்டு நாம்-சுயங்களுக்கு இடையேயான இறுக்கங்களையும் நாம் கவனத்தில் எடுத்துக்கொள்ள வேண்டியுள்ளது. இந்த இறுக்கங்களிலிருந்து விடுபட நாம் சூழலின் தேவைக்கு ஏற்றாற்போல் இரண்டில் ஏதாவது ஒன்றின் பக்கம் கூடுதல் சாய்வை வெளிப்படுத்துவதோடு நம்மை மட்டுப்படுத்திக்கொள்ள வேண்டியுள்ளது. சுருக்கமாகச் சொல்வதென்றால், ஒரு சாதியத் தன்னிலையில் இந்து (அரசியல்ரீதியான பார்ப்பனர்) என்ற புறவயப்பட்ட கருத்தாக்கம் தேசிய–அரசு சார்ந்தே அதற்கான தார்மீகத்தைப் பெறுகிறது என்றால், பார்ப்பனரல்லாதார், தலித் ஆகிய புறவயப்பட்ட கருத்தாக்கங்கள் சமத்துவம், சமூகநீதி, சாதி ஒழிப்பு போன்ற லட்சியங்கள் ஊடாக அவற்றுக்கான

தார்மீகத்தைப் பெறுகின்றன. ஆனால், மரபான பார்ப்பனச் சாதிகள், பார்ப்பனரல்லாத சாதிகள், தலித் சாதிகள் தீண்டாமையைக் கைக்கொண்டே அவற்றுக்கான தார்மீகத்தைப் பெறுகின்றன. நவீனக் கருத்தாக்கங்கள், தனித்த சாதிகள் இரண்டிலுமே பார்ப்பனர் என்ற ஏதோ ஒன்று உள்ளார்ந்து காணப்படுகிறது என்றாலும், இவ்விரண்டுச் சட்டகத்திலும் பார்ப்பனர் என்பது வெவ்வேறாக மொழியாக்கம் செய்யப்படுகின்றன. இந்த வேறுபாடு மிக முக்கியமானது. நாம் இதைக் கவனத்தில் எடுத்துக்கொள்ளத் தவறுகிறோம். பார்ப்பனரல்லாதார், தலித் ஆகிய நவீனக் கருத்தாக்கங்களில் பார்ப்பனர்கள் இந்து மதப் புரோகிதர்களாகிறார்கள். மரபான தளத்தில் ஸ்தூலமான பார்ப்பனர்கள் 'உன்னதப் பார்ப்பன'ரைக் குறிக்கும் குறிப்பான்களாக இருக்கிறார்கள். அதேசமயத்தில், தீண்டவியலா ஊனத்தின் அடிப்படையில் வரையறுக்கப்பட்டிருக்கும் சாதிகள் மொத்த தீண்டாமைச் சுமையையும் தலித் என்ற நவீனக் கருத்தாக்கத்தின் மீது சுமத்துகின்றன. இங்கு பார்ப்பனர், தலித் ஆகிய நவீனக் கருத்தாக்கங்கள் இரண்டுமே முற்றிலும் வேறு விதமாக மொழியாக்கம் செய்யப்படுகின்றன. இதில் உள்ள பெரும் துயரம் என்னவென்றால் இத்தகைய மொழியாக்கமானது பார்ப்பனர்களுக்கு மேலும் சாதகமானதாகவும், தலித்துகளுக்கு மேலும் பாதகமானதாகவும் மாறுகிறது.

தீண்டாமை என்ற நடைமுறைதான் சாதிகளின் எல்லைகளை, சாதியத் தன்னிலைகளின் எல்லைகளைக் கட்டிக்காக்கிறது என்ற புரிதலிருந்து சொல்வதென்றால், பார்ப்பனரல்லாத சாதிகளையெல்லாம் பார்ப்பனரல்லாதார் என்ற நவீனக் கருத்தாக்கத்தின் கீழ் கொண்டுவருவதற்கும், தலித் சாதிகளையெல்லாம் தலித் என்ற நவீனக் கருத்தாக்கத்தின் கீழ் கொண்டுவருவதற்கும் இந்த நாம்–சுயங்கள் கொண்டிருக்கும் தீண்டவியலா ஊனத்தை அடிப்படைப் பிரச்சினையாக்கியிருக்க வேண்டும். அதுபோலவே, இந்து என்ற அடையாளத்தின் கீழ் எல்லாச் சாதிகளையும் கொண்டுவருவதற்கு ஆர்எஸ்எஸ்ஸும், இந்து தாராளவாதிகளும், இந்து என்ற கருத்தாக்கத்தைப் பிரதானப்படுத்தும் மதச்சார்பின்மைவாதிகளும், அரசமைப்பின் மீது நம்பிக்கை வைத்திருக்கும் ஜனநாயகவாதிகளும் தீண்டாமையை சுய-ஊனமாகப் பார்த்திருக்க வேண்டும். ஆனால், அப்படியாக நடக்கவில்லை. பார்ப்பனர் என்ற கருத்தமைவைத் தக்கவைத்துக்கொள்ள எத்தனிக்கும் ஆர்எஸ்எஸ்ஸிடமிருந்து நாம் இதை எப்படி எதிர்பார்க்க முடியும்? சமயம்/சாதி மடாதிபதிகளிடமிருந்து நாம் இதை எப்படி எதிர்பார்க்க முடியும்?

ஜனநாயக விழுமியங்கள் மீது நம்பிக்கை கொண்டிருக்கும் பார்ப்பனரல்லாதார், தலித் ஆகிய கருத்தாக்கங்களில்தான் நாம் இதை உள்ளடக்க முடியும். ஆனால், இவையும்கூட தனித்த சாதிகளின், சாதியத் தன்னிலைகளின் அடிப்படையான தீண்டவியலா ஊனத்தை அவற்றின் அறரீதியான பிரச்சினையாக்கவில்லை.[27] இது தனிமனிதர்களின் போதாமையல்ல. அரசியல் கட்சித் தலைவர்களின் போதாமையல்ல. சமூகச் சீர்திருத்த இயக்கங்களை முன்னெடுத்த தலைவர்களின் போதாமையல்ல. இது நம் சமூகக் கட்டமைப்பின் அடி ஆழத்தில் வேர்விட்டிருக்கும் பிரச்சினையாக இருக்கிறது. ஏனெனில், தனிமனிதர்களாக நம்மால் தீண்டாமையை எதிர்க்க முடியும். தீண்டவியலா ஊனத்தைக் ஓரளவுக்குக் கடந்துவர முடியும். இதற்குப் பல எடுத்துக்காட்டுகளை நாம் கொடுக்க முடியும். ஆனால், ஒரு குமுகமாக, சமூகமாக நம்மால் தீண்டாமையை எதிர்க்க முடியாமல்போகிறது. ஏனெனில், நாம் சாதியக் குமுகமாக, சமூகமாகத் தீண்டாமையைக் கொண்டு நிலைபெற்றிருக்கும்போது, அதையே அழிக்க முற்படுவது சாத்தியமில்லாமல்போகிறது. அதாவது, எதைச் சார்ந்து தனித்த சாதிகள் அவற்றைத் தக்கவைத்துக்கொள்கின்றனவோ அதையே அழிக்க முயல்வது என்பது நம்மை நாமே விழுங்கிக்கொள்வதற்கு ஒப்பாகிறது. இது சுய-அழிப்பை வேண்டுகிறது — 'நாம்-குடும்பம்', 'நான்-சுயம்' ஆகியவற்றை மறுவரையறைக்கு உட்படுத்த வேண்டியுள்ளது. தனிமனிதர்கள் அவர்களை சுய-அழிப்புக்கு உட்படுத்திக்கொள்ள முடியும். ஒரு குமுகமாக, குடும்பமாக சுய-அழிப்பு என்பது மிகவும் கடினமான, சிக்கலான செயலாகிறது.

குறிப்பிட்டுச் சொல்வதென்றால், இந்த நவீனக் கருத்தாக்கங்கள் தீண்டாமையை ஓர் எழுவாயின் பிரச்சினையாக முன்வைக்க முடியவில்லை. அதனால், தீண்டவியலா ஊனத்தை மடைமாற்றிவிடுகின்றன. மடைமாற்றிவிடுவதோடு மட்டுமல்லாமல் தீண்டாமையைச் சுத்தம்-அசுத்தம் சார்ந்த பிரச்சினையாக உருமாற்றுகின்றன. இந்தச் சுத்தம்-அசுத்தம் குறித்த பார்வைகளை இந்து மதப் பாதிரிமார்களான பார்ப்பனர்களின் சடங்குரீதியான வாழ்க்கையாகச் சுருக்குகின்றன. சுத்தம்-அசுத்தம் அடிப்படையிலான நடைமுறைகளுக்கும், தீண்டாமை அடிப்படையிலான நடைமுறைகளுக்கும் இடையேயான வேறுபாடுகளை நாம்

---

[27] தீண்டா உணர்வு குறித்தும், தீண்டாமையை எழுவாயின் பண்பாக அர்த்தப்படுத்துதல் குறித்த தத்துவார்த்த வாசிப்புகளுக்கும் பார்க்க: *Guru and Sarukkai (2014)*: கோபால் குரு, சுந்தர் சருக்கை (2020).

கணக்கில் எடுத்துக்கொள்வதில்லை. சுத்தம்–அசுத்தம் ஒரு குழுமகத்துக்குள்ளாக வெளிப்படுவதாகிறது. மேலும், இது தற்காலிகத்தன்மையிலானதாக இருப்பதோடு அது தொடுகையோடு தொடர்புகொண்டது. தீண்டாமையானது குழுமகங்களுக்கு இடையே வெளிப்படுவதாகிறது. மேலும், இது நிரந்தரத்தன்மையிலானதாக இருப்பதோடு தீண்டுதலோடு தொடர்புகொண்டது. சுத்தம்–அசுத்தம் பயனிலை சார்ந்தது. தீண்டாமையோ எழுவாய் சார்ந்தது. அதனாலேயே நாம் தீண்டாமையை எழுவாயிடம் பொறுத்தி தீண்டவியலா ஊனம் என்பதாக வரையறுக்க வேண்டியுள்ளது. காந்தியின் நிலைப்பாட்டை எடுத்துக்கொள்ளலாம். அவர் தீண்டவியலா ஊனத்தைத் தன்னிலையின் ஊனமாக, இந்து என்ற கருத்தாக்கத்தின் ஊனமாக முன்வைத்தார். ஆனால், இதுவும் பிரச்சினைக்குரியதானது. ஒரு எழுவாயின் தீண்டவியலா ஊனத்தைக் கடப்பதற்கான வழிமுறைகள் என்ன? இதற்குப் பதில் சொல்வது அவ்வளவு சுலபமல்ல. தீண்டாமையை சுய–ஊனமாக காந்தி முன்வைத்ததை அம்பேத்கர் ஏன் எதிர்க்க வேண்டியிருந்தது? தீண்டாப் புலன் என்ற மீபௌதிகப் புலன் மனிதர்களைத் தீண்டாப் புலனுக்கான பயனிலையாக்கியே அதை யதார்த்தமாக்கிக்கொள்ள முடிகிறது. இதை ஊனமாகப் பார்த்த காந்தி தீண்டாப் புலனுக்கான பயனிலையைத் தீண்டும் புலனுக்கான பயனிலையாக மாற்றுகிறார். துரதிர்ஷ்டவசமாக இங்கு என்ன நடக்கிறது என்றால், தீண்டாப் புலனுக்கான பயனிலையாக இருக்கும் தலித்துகள், தீண்டும் புலனுக்கான பயனிலையாக ஆக்கப்படுகிறார்கள். அதாவது, காந்தியச் சட்டகத்தில் தலித்துகள் ஒரு தன்னாட்சி கொண்ட எழுவாயாக மாற முடியவில்லை. தீண்டும் புலனை நாம் பலவிதமாக மொழியாக்கம் செய்ய முடியும். தீண்டவியலாப் புலனை நாம் வேறு எதுவாகவும் மொழியாக்கம் செய்ய முடியாது. தீண்டும் புலன், தொடுகைபோல் பயனிலையைச் சார்ந்திருக்கவில்லை என்றாலும், மீபௌதிகப் புலனான தீண்டாப் புலனை யதார்த்தமாக்குவதற்குப் பயனிலைகள் தேவைப்படுகிறார்கள் என்றாலும், தீண்டவியலா ஊனத்தைக் கடக்க முயலும்போது, அது தவிர்க்க முடியாமல் பயனிலையைச் சார்ந்திருக்க வேண்டியுள்ளது. அதனாலேயே காந்தியச் சட்டகத்தில் தலித்துகள் தொடர்ந்து பயனிலையாக இருக்க வேண்டியிருப்பதாக அம்பேத்கர் பார்த்தார்.[28] இந்தத் தளத்திலிருந்துதான் காந்தியின் சுயதூய்மைச் சட்டகத்தை அம்பேத்கர் எதிர்க்க வேண்டியிருந்து. ஆக, காந்தியின் வெளிப்பாட்டையும் அம்பேத்கரின் எதிர்ப்பையும் நாம் இரண்டு

28 விரிவான வாசிப்புக்குப் பார்க்கவும்: Ramanujam (2020).

தனிமனிதர்களுக்கு இடையேயான மோதலாக, அதாவது காந்தியின் நிலைப்பாட்டை வெறுமனே சாதி இந்துக்களின் நிலைப்பாடாகவும், அம்பேத்கரின் எதிர்ப்பை வெறுமனே தலித்துகளின் எதிர்ப்பாகவும், சுருக்க முடியாது. இவ்விரண்டு நிலைப்பாடுகளும் ஒன்றோடொன்று பின்னிப்பிணைந்துள்ளன. பார்ப்பனர் என்ற கருத்தமைவும் தீண்டாமையும் எவ்வாறு பின்னிப்பிணைந்துள்ளனவோ அதுபோல் இவர்கள் இருவரும் பின்னிப்பிணைந்துள்ளார்கள். ஒருவர் இல்லாமல் இன்னொருவர் சாத்தியமில்லை. ஒரு சாதியத் தன்னிலையில் உள்ளார்ந்து காணப்படும் சிக்கலை இவர்கள் இருவரும் நமக்குப் புலப்படுத்துகிறார்கள். நாம் ஒவ்வொருவரும், நம்மிடம் உள்ள ஊனத்தைக் கடப்பதற்கு காந்தியின் நிலைப்பாட்டை எடுக்க வேண்டியுள்ளது. அதேசமயத்தில், அம்பேத்கரின் எதிர்ப்பை அது உள்ளடக்கியதாகவும் இருக்க வேண்டியுள்ளது. காந்தியின், அம்பேத்கரின் நிலைப்பாட்டில் காணப்படும் உள்ளார்ந்த சிக்கலை நாம் கவனத்தில் எடுத்துக்கொள்ள வேண்டும். இந்தச் சிக்கல் தீண்டாவியலா ஊனத்தைச் சமூகரீதியாக மொழியாக்கம் செய்வதில் உள்ள சிக்கலோடு தொடர்புகொண்டது. இதை அம்பேத்கர் நமக்கு வெளிச்சம் போட்டுக் காட்டுகிறார்.

பார்ப்பனர் என்ற கருத்தமைவும் தீண்டாமை நடைமுறையும் மிக ஆழமாக நம் சமூகத்தில் ஊடுருவியுள்ளன. சாதியத்தின் சமூக வெளிப்பாட்டில் மிக மோசமாகப் பாதிக்கப்படும் தலித் சாதிகளுக்கு இடையே காணப்படும் தீண்டாமையைக்கூட நம்மால் கலைத்துப்போட முடியவில்லை. அரசியல் தளத்தில் இந்து, பார்ப்பனரல்லாதார், தலித் ஆகிய நவீனக் கருத்தாக்கங்கள் கீழைத்தேயவாதிகளும் ஆங்கிலேயவாதிகளும் முன்வைத்த அடிப்படைகளையே சார்ந்திருக்கின்றன. மேலும், இந்த நவீனக் கருத்தாக்கங்கள் தனித்து இயங்குகின்றன. இந்தக் கருத்தாக்கங்கள் இவை உள்ளடக்கியிருக்கும் சாதிகள் சார்ந்தும், சாதிகள் கடந்தும் இயங்குகின்றன. பார்ப்பனரல்லாதார் என்ற நவீனத் தன்னிலை சூத்திரர் என்ற வரலாற்று அடிப்படையைச் சார்ந்தும் கீழைத்தேயவாதத்தின் முன்வைப்புகள் சார்ந்தும் இயங்குகிறது என்றால், தலித் என்ற நவீனத் தன்னிலை தீண்டப்படாதவர்கள் என்ற கீழைத்தேயவாதத்தின் முன்வைப்புகள் சார்ந்து இயங்குகிறது. பார்ப்பனர்கள் அரசியல்ரீதியாக இந்துவாக முன்வைத்துக்கொள்வதற்கான அடிப்படைகளைக் கீழைத்தேயவாதம் உருவாக்கிக்கொடுகிறது. ஆனால், சாதியத் தன்னிலைகள் தனித்த சாதிகளின் பண்பு சார்ந்து இயங்குகின்றன. தீண்டவியலா ஊனத்தை அடிப்படையாகக் கொண்டிருக்கின்றன.

இங்கு பிரச்சினை என்னவென்றால், கீழைத்தேயவாதிகளால், ஆங்கிலேயவாதிகளால் நம் சமூகத்தில் நடைமுறைப்படுத்தப்படும் தீண்டாமையைப் புரிந்துகொள்ள முடியவில்லை. இதன் விளைவாகவே தலித் சாதிகள் தீண்டாமையின் மொத்த சுமையையும் சுமக்க வேண்டியிருக்கிறது. இதைப் புரிந்துகொள்வதற்கான சட்டகம் அவர்களிடம் இல்லை. பாலகங்காதரா போன்ற ஆய்வாளர்களும், சமகாலத்தில் சாதியம் குறித்துக் கோட்பாட்டுரீதியான முன்வைப்புகளில் உள்ள போதாமைகளை முன்வைக்கும் ஆய்வாளர்களும்கூட தீண்டாமையைக் கணக்கில் எடுத்துக்கொள்வதில்லை. இவர்கள் தீண்டாமையைக் கோட்பாட்டுரீதியாக, தத்துவார்த்தரீதியாக அணுகவில்லை. அன்றாட வாழ்க்கையின் பகுதியாக இருக்கும் தீண்டாமையானது கருத்தாக்கத் தளத்தில், கோட்பாட்டாக்கத் தளத்தில் மறைந்துபோய்விடுகிறது. சுத்தம்–அசுத்தம் சார்ந்த பிரச்சினையாக உருமாறிவிடுகிறது. தீண்டாமையைச் சமூகப் பிரச்சினையாக்கிய காந்தியின், அம்பேத்கரின் முனைப்புகளை இந்த ஆய்வாளர்கள் கணக்கில் எடுத்துக்கொள்வதில்லை. காந்தியை வெறுமனே இந்துத்துவ, பார்ப்பன எதிர்ப்புக்கான ஒரு பயன்பாட்டுக் கருவியாக உபயோகிக்கும் முற்போக்காளர்கள்கூட தீண்டாமையை ஒரு எழுவாயின் பிரச்சினையாக்கிய அவரது நிலைப்பாட்டோடு உரையாடுவதில்லை. காந்தியை முன்வைத்து மேற்கத்திய நவீனத்துவத்தைத் தீவிரமாக விமர்சித்த அஷிஸ் நந்தி போன்றவர்கள்கூட தீண்டாமையை அறரீதியான பிரச்சினையாக்கிய காந்தியின் நிலைப்பாட்டோடு உரையாடல் நடத்தவில்லை. அதுபோலவே, தலித் சாதிகளுக்கு இடையே காணப்படும் தீண்டாமையை அம்பேத்கர் எவ்வாறு எதிர்கொண்டார் என்றும் இவர்கள் விவாதிப்பதில்லை. மேலும், தலித் சாதிகளுக்கு இடையே காணப்படும் தீண்டாமையை அம்பேத்கர் விமர்சித்தார் என்றாலும், அதை நடைமுறைப் பிரச்சினையாக மட்டுமே பார்த்தார். எடுத்துக்காட்டாக, சாதிக்கு எதிரான, தீண்டாமைக்கு எதிரான அம்பேத்கரின் முயற்சிகளெல்லாம் மகர் சாதிகளுக்கு மட்டுமே சாதகமாக மாறுகிறது என்று மாங் சாதியைச் சேர்ந்தவர்கள் விமர்சித்தார்கள். இதற்கு அம்பேத்கரின் பதில் நடைமுறை சார்ந்தே இருக்கிறது.[29] ஏன் தலித் சாதிகளுக்கு இடையே தீண்டாமை காணப்படுகிறது என்று அம்பேத்கர் கேட்டுக்கொள்ளவில்லை. சந்தையூரில் எழுப்பப்பட்ட சுவற்றை அருந்ததியர்கள் தீண்டாமைச் சுவர் என்று வரையறுத்தார்கள். இந்தச் சுவற்றை எழுப்பியவர்கள்

29 *Gopani (2018: 181-200).*

பறையர்கள். இரண்டு சாதிகளும் தலித் என்ற நவீன அடையாளத்தின் பகுதிதான். இதை நாம் எப்படிப் புரிந்துகொள்ளப்போகிறோம்? இன்று நம்மிடையே உள்ள கருத்தாக்கச் சட்டகங்களிலிருந்து நம்மால் இதை எதிர்கொள்ள முடியாது.

சுந்தர் சருக்கை முதன்முறையாகத் தீண்டாமை குறித்து சில தத்துவார்த்தரீதியான திறப்புகளைக் நமக்குக் கொடுக்கிறார். தீண்டாமையைக் கோட்பாட்டாக்கம் செய்யாமல் நம்மால் தனித்த சாதிகளுக்கு இடையேயான உறவைப் புரிந்துகொள்ள முடியாது. எடுத்துக்காட்டாக, தமிழ்நாட்டில் பார்ப்பனரல்லாதார் என்ற அரசியல்ரீதியான முன்வைப்புகளில் சாதி ஒழிப்பு, சமூகநீதி, குடியுரிமை, சமத்துவம் ஆகியவற்றுக்கு முக்கியத்துவம் கொடுத்ததுபோல் தீண்டாமையை ஒரு சாதிய எழுவாயின் ஊனமாக அர்த்தப்படுத்தி அதற்கு முக்கியத்துவம் கொடுக்கவில்லை. தீண்டாமை என்பது தீண்டப்படாத சாதிகள் என்று அடையாளப்படுத்தப்படும் தலித் சாதிகளோடு தொடர்புகொண்டதாகச் சுருக்கப்படுகிறது. பார்ப்பனரல்லாதார் அவர்களிடம் காணப்படும் ஊனத்தை மடைமாற்றிவிடுவதற்கு இது அவசியமாகிறது. செயலூக்கமற்ற பயனிலையாக இருந்துகொண்டு தீண்டாமையைக் கைக்கொள்ள முடியாது. தீண்டாமையை ஒரு எழுவாயின் பண்பாக நாம் ஏற்றுக்கொள்ளும் பட்சத்தில், அது செயலூக்கமிக்கதாகவே இருக்க முடியும். இதனால்தான், இன்றளவும் இந்தியப் புவியியல் எல்லையில் உள்ள சாதி மடங்கள் (பார்ப்பன, பார்ப்பனரல்லாத, தலித் சாதி மடங்கள்) எதிர்க்கப்படாமல் இருக்கின்றன. சாதி மடங்களைக் கீழைத்தேயவாதிகளால் கணக்கில் எடுத்துக்கொள்ள முடியவில்லை. சமயம்/சாதி மடங்கள் நமக்கு மத்தியில் இருந்தாலும் நமக்குப் புலப்படாதவையாக இருப்பதுபோலவே கீழைத்தேயவாதிகளுக்கும் ஆங்கிலேயவாதிகளுக்கும் புலப்படாதவையாக இருந்தன. மிக எளிமையாக மரபான சமயங்களை இந்து மதத்தின் உட்பிரிவுகளாக மாற்றிவிட்டார்கள். நாமும் அதை ஏற்றுக்கொண்டோம். இதனால், சமயம்/சாதி மடங்களுக்கும் சாதிகளுக்கும் இடையேயான தொடர்பையும், ஒன்றை மற்றொன்று எவ்வாறு முட்டுக்கொடுத்து நிற்கவைக்கிறது என்பதையும் நம்மால் கணக்கில் எடுத்துக்கொள்ள முடியவில்லை. இதன் விளைவாக, பார்ப்பனரல்லாத சாதி மடங்களுக்கும் பார்ப்பனரல்லாத சாதிகளுக்கும் இடையேயான உறவை நாம் இணைத்துப்பார்ப்பதில்லை. கீழைத்தேயவாதம் முன்வைத்த அடிப்படையைச் சார்ந்து சாதிகளைக் கட்டிக்காப்பது இந்து மதம் என்பதாகவும், இந்து மதத்தைக் கட்டிக்காப்பது பார்ப்பனர்கள்

என்பதாகவும் அர்த்தப்படுத்தியதால் இது அவசியமாகவில்லை. பார்ப்பனரல்லாத சாதிகளும், தலித் சாதிகளும் இந்துத்துவத்தோடு சேர்ந்துகொள்ளும்போது வெறுமனே பிற்போக்குவாதிகள் என்று அர்த்தப்படுத்தி அவர்களை ஒதுக்கிவைக்கிறோம். ஆணவப்படுகொலைகள் நடந்தால், தலித் குடியிருப்புகள் எரிக்கப்பட்டால், தலித் பெண்கள் கொடூரமான பாலியல் வன்முறைக்குப் பலியானால், மிகச் சுலபமாக நம்மை அதிலிருந்து விலக்கிவைத்துக்கொள்கிறோம். நம்மை இந்தக் கொடுமைகளின் பகுதியாகப் பார்த்துக்கொள்வதில்லை. தனித்த சாதிகள் முற்போக்கு சக்திகளோடு சேர்வதும், பிற்போக்கு சக்திகளோடு சேர்வதும் அவர்களது இருத்தியல் பிரச்சினையோடு தொடர்புகொண்டது. நாம் இதை அங்கீகரிக்கத் தவறுகிறோம். அரசியல் கட்சிகளும் அவற்றின் இருத்தியல் பிரச்சினை சார்ந்து சில தேர்வுகளைச் செய்ய வேண்டியிருக்கிறது. சாதிகள் சித்தாந்தத்தின் அடிப்படையில் நிலைத்திருப்பவை அல்ல. தீண்டாமையைப் போலவே சாதிகளும் அன்றாட வாழ்க்கையைச் சார்ந்தே நிலைத்திருக்கின்றன. தீவிர வலதுசாரிகளும் தீவிர இடதுசாரிகளும் சித்தாந்த அரசியலைப் பிரதானப்படுத்த முடியும். சாதிகளும் அரசியல் கட்சிகளும் அன்றாடத்தன்மை சார்ந்தே அவற்றைத் தக்கவைத்துக்கொள்ள முடியும். அதனால்தான், சாதி எதிர்ப்பும் வெறுமனே சித்தாந்த அரசியலாக இல்லாமல் அன்றாட வாழ்க்கை சார்ந்ததாக இருக்க வேண்டியுள்ளது. இங்கு மிக முக்கியமான ஒரு விஷயம் என்னவென்றால், சமூகத்தில் உள்ள எல்லா மூடநம்பிக்கைகளுக்கும் சீரழிவுகளுக்கும் பார்ப்பனர்களைப் பொறுப்பாக்கினாலும், பார்ப்பனர்களுக்கு எதிராக இதுவரை வன்முறை என்று ஏதும் நம் சமூகத்தில் நிகழ்த்தப்பட்டதில்லை. ஆனால், நேசசக்தி என்று அரசியல்ரீதியாக முன்வைக்கப்படும் தலித்துகளுக்கு எதிராகத் தொடர்ந்து வன்முறைகள் நிகழ்த்தப்பட்டுவருகின்றன. இதை நாம் எப்படிப் புரிந்துகொள்வது? நான் கேள்வியோடு நிறுத்திக்கொள்கிறேன்.

முடிவுரையாக

தொகுத்துச் சொல்வதென்றால், பார்ப்பனச் சாதிகளும் தலித் சாதிகளும் சாதியத்தின் உள்ளார்ந்த பண்பை நமக்குப் புலப்படுத்துகின்றன. ஆனால், விசித்திரம் என்னவென்றால், நாம் சாதி ஒழிப்பை லட்சியமாகக் கொண்டிருந்தாலும் உண்மையில்

தனித்த சாதிகளுக்கு இடையேயான பிரச்சினைகள் குறித்து ஏதும் கருத்தாக்கத் தளத்தில் விவாதிப்பதில்லை. தனித்த சாதிகள் குறித்துப் பேசாமலேயே நாம் சாதி ஒழிப்பை லட்சியமாக முன்வைக்கிறோம். சாதிகளை விமர்சனபூர்வமாக அணுகுவதற்குப் பார்ப்பன எதிர்ப்பு மட்டுமே போதுமானதல்ல. ஏனெனில், பார்ப்பனர்களும் சாதிகளாகத்தான் வாழ்ந்துகொண்டிருக்கிறார்கள். சாதிய ஒழுங்கைக் கட்டிக்காப்பதில் பெரும் பங்காற்றும் குடும்பம் என்ற கருத்தை விசாரணைக்கு எடுத்துக்கொள்ளாமலேயே சாதி ஒழிப்பை லட்சியமாகக் கொண்டிருக்கிறோம். தீண்டவியலா ஊனத்தைச் சாதியத் தன்னிலையின் அறரீதியான பிரச்சினையாக மாற்றாமலேயே சாதி ஒழிப்பை லட்சியமாகக் கொண்டிருக்கிறோம். அப்பாவித்தனமாகத் தனிமனிதர்களாக நான் சாதி பார்ப்பதில்லை என்று பெருமைப்பட்டுக்கொள்கிறோம் — நம் குடும்பத்தில் உள்ளவர்கள் என்னவாக இருக்கிறார்கள் என்று விசாரணை செய்யாமலேயே. இந்தப் போதாமைகளை மூடிமறைப்பதற்காக மிக எளிமையாகத் தீண்டாமையைத் தீண்டப்படாதவர்களோடு மட்டும் தொடர்புகொண்டிருப்பதாகச் சுருக்கிவிடுகிறோம். ஒட்டுமொத்த தீண்டாமை என்ற சுமையை தலித்துகள் மீது சுமத்துகிறோம். குடும்பஸ்தப் பார்ப்பனர்கள் 'உன்னதத் தீண்டப்படாதவர்'களாக இருப்பதைத் தவிர்க்கும் விதமாக எவ்வாறு அவர்களுடைய ஊனத்தை மற்றவர்களுக்கு மடைமாற்றிவிடுகிறார்களோ அதற்கு நிகராக நம் சமூகம் தீண்டாமையின் மொத்தச் சுமையையும் தலித்துகள் சுமக்குமாறு மடைமாற்றிவிடுகிறது. பார்ப்பனச் சாதிகளுக்கு இடையே ஏன் தீண்டாமை காணப்படுகிறது என்று கேட்டுக்கொள்வதில்லை. பார்ப்பனரல்லாத சாதிகளுக்கு இடையே, தலித் சாதிகளுக்கு இடையே ஏன் தீண்டாமை காணப்படுகிறது என்றும் நாம் கேட்டுக்கொள்வதில்லை. இருக்கிறது என்று ஏற்றுக்கொள்கிறோம். அது சமூக யதார்த்தமாக நம் முகத்துக்கு நேராக வந்துநிற்கிறது. ஆனால், அது குறித்துக் கருத்தாக்கத் தளத்தில் எத்தகைய விசாரணையும் செய்வதில்லை. முந்தைய கட்டுரையில் விவாதித்திருப்பதுபோல் நாம் திரும்பத் திரும்பத் தீண்டாமையை மற்றவர்களுக்கு மடைமாற்றிவிடுகிறோம். தனித்த சாதிகளாக எல்லாச் சாதிகளும் பார்ப்பனர் என்ற கருத்தமைவு, தீண்டாமை என்ற நடைமுறை ஆகிய இரண்டுக்குமான இறுக்கத்தில்தான் சாதிகளாக நிலைத்துநிற்கின்றன. ஆனால் இந்து, பார்ப்பனரல்லாதார், தலித் ஆகிய நவீன அடையாளங்கள் ஒரு புதிய யதார்த்தத்தை உருவாக்குகின்றன; புதிய நாம்–சுயங்களை உருவாக்குகின்றன. சாதியத் தன்னிலைகளால் இத்தகைய நவீனக்

கருத்தாக்கங்களை அகவயப்படுத்திக்கொள்ள முடியவில்லை. நவீனக் கருத்தாக்கங்களை அகவயப்படுத்த நாம் நம்முடைய மரபான எல்லைகளைக் கலைத்துப்போட வேண்டும். இதைச் சாத்தியப்படுத்த தீண்டாமையை எழுவாயின் பண்பாகப் பார்க்க வேண்டும். அரசியல்ரீதியான பார்ப்பனர், பார்ப்பனரல்லாதார், தலித் போன்ற நவீனக் கருத்தாக்கங்கள் ஒரு தன்னிலையின் புறவயப்பட்ட அரசியல் வடிவமாக அவற்றைச் சுருக்கிக்கொள்ளாமல், பண்பாட்டு வடிவமாக உருக்கொள்வதற்குத் தீண்டாமையை எழுவாயின் பண்பாகப் பார்க்க வேண்டும். இது சாத்தியப்படாத காரணத்தாலேயே நம்முடைய தன்னிலைகள் பிளவுபட்டு இயங்குகின்றன. நம்முடைய ஊனத்தை நாம் மறுதலிப்பதன் ஊடாகவே நாம் நவீனக் கருத்தாக்கங்களின் திரளுருவாகிறோம்.

⊙

துணை நூல்கள்

Anderson, Walter, K. and Damle, Shridhar, D. 2018. The RSS: A View to the Inside, India: Penguin Random House.

Anderson, Walter, K. and Damle, Shridhar, D. 2020. RSS: Ideology, Organisation, and Training, in The Sangh Parivar: A Reader, Christophe Jeffrelot (ed.), New Delhi: Oxford University Press.

Azad, Talal. 2003. Formations of Secular: Christianity, Islam, Modernity, Stanford, CA: Stanford University Press.

Bacchetta, Paola. 2020. Hindu Nationalist Women as Ideologues: The 'Sangh', the 'Samiti' and their Differential Concepts of the Hindu Nation, in The Sangh Parivar: A Reader, Christophe Jeffrelot (ed.), New Delhi: Oxford University Press.

Balagangadhara, S.N. 2012. Reconceptualizing India Studies, New Delhi: IndiaOxford University Press.

Balagangadhara, S.N. 2014. (with Divya Jhingran) Do all Roads Lead to Jerusalem?: The Making of Indian Religions, New Delhi: Manohar.

Bhargava, Rajiv. 2019. What does it mean to Oppose Brahmanism?, The Hindu, dated July, 23.

Bhatia, Gautam. 2019. The Transformative Constitution: A Radical Biography in Nine Acts, India: HarperCollins Publishers.

Brown, Wendy. 2010. The Sacred, the Secular and the Profane, in Varieties of Secularism in a Secular Age, (eds) Michael Warner, Jonathan VanAntwerpen and Craig Calhoun, Cambridge, MA: Harward University Press.

Chatterjee, Margaret. 2000. 'I', You', and 'We': An Exploration, in Existence, Experience, and Ethics, (ed.) A. Raghuramaraju, India: D.K. PrintWorld.

Das, Venna. 2012. Structures and Cognition: Aspects of Hindu Caste and Ritual, New Delhi: Oxford University Press.

Dazey, H. Wade. 1990. Traditions and Modernization in the Organisation of the Dasanami Samnyasins, in Monastic Life in the Christain and Hindu Traditions, (eds) Austin B. Creel and Vasudha Narayanan, The Edwin Mellen Press.

Devadevan, Manu, V. 2016. A Prehistory of Hinduism, Warsaw and Berlin: De Gruyter Open

Douglas, Mary. 1982. Natural Symbols: Explorations in Cosmology, New York: Pantheon Books.

Gelders, Raf and Derde, Willem. 2003. Mantras of Anti-Brahmanism: Colonial Experience of Indian Intellectuals, Economic and Political Weekly, Vol. XXXVIII, No. 43, October, 25.

Golwalkar, M. S. 1939. We or Our Nationhood Defined, scanned reproduction in Shamsul Islam, Golwalkar's We or Our Nationhood defined: A Critique with the full text of the book, New Delhi: Pharos Media & Publishing

Golwalkar, M. S. 2019. Bunch of Thoughts, India: Sahitya Sindhu Prakashana.

Gopani, Chandraiah. 2018. New Dalit Movements: An Ambedkarite Perspective in The Radical in Ambedkar: Critical Reflections, (ed.) Suraj Yengde and Anand Teltumbde, India: Penguin Random House.

Guru, Gopal and Sarukkai, Sundar. 2014. Cracked Mirror: An Indian Debate on Experience and Theory, India: Oxford University Press.

Guru, Gopal and Sarukkai, Sundar. 2019. Experience, Caste, and the Everyday Social, India: Oxford University Press.

Islam, Shamsul. 2018. Golwalkar's We or Our Nationhood Defined: A Critique with the full text of the book, New Delhi: Pharos Media & Publishing.

Jalki, Dunkin and Pathan, Sufiya. 2015. On the Difficulty of Refuting or Confirming the Arguments about the Caste Systems, Theatrum Historiae, Institue of Historical Sciences, Faculty of Arts and Philosophy, University of Pardubice.

Jeffrelot, Christophe. 2020. The RSS: A Hindu Nationalist Sect in The Sangh Parivar: A Reader, (ed.) Christophe Jeffrelot, India: Oxford University Press.

Karashima, Noboru, Subbarayalu, Y. and Shanmugam, P. 2010. Mathas and Medieval Religious Movements in Tamil Nadu: An Epigraphical Study, Indian Historical Review, Part-I in 37(2): 217–234.

Karashima, Noboru, Subbarayalu, Y. and Shanmugam, P. 2011. Mathas and Medieval Religious Movements in Tamil Nadu: An Epigraphical Study, Indian Historical Review, Part-II in 38(2): 199–210.

Kelkar, Sanjeev. 2011. Lost Years of the RSS, New Delhi: Sage Publications.

Kolge, Kishikant. 2017. Gandhi Against Caste, New Delhi: Oxford University Press.

Meghwanshi, Bhanwar. 2020. I Could Not be a Hindu: The Story of a Dalit in the RSS, New Delhi: Navayana.

Olivelle, Patrick. 1986. Renunciation in Hindusim: A Medieval Debate: Vol-I, The Debate and the Advita Argument, Vienna: Institut fur Indologie der Universitat Wien.

Olivelle, Patrick. 1987. Renunciation in Hindusim: A Medieval Debate, Vol-II: The Visistadvaita Argument, Vienna: Institut fur Indologie der Universitat Wien.

Olivelle, Patrick. 1992. Samnyasa Upanisads: Hindu Scriptures on Asceticism and Renunciation, (Trans. and Intro.), Oxford and New York: Oxford University Press.

Olivelle, Patrick. 2011. Ascetics and Brahmins: Studies in Ideologies and Institutions, Anthem Press

Raghuramaraju, A. 2000. Preface, in Existence, Experience, and Ethics, (ed.) A. Raghuramaraju, India: D.K. PrintWorld.

Ramanujam, Srinivasa. 2020. Renunciation and Untouchability: The Notional and the Empirical in the Caste Order, India: Routledge.

Roover, Jakob De and Claerhout, Sarah. 2015. The Caste Connections On the Sacred Foundations of Social Hierarchy, Theatrum Historiae, Institue of Historical Sciences, Faculty of Arts and Philosophy, University of Pardubice.

Sarma, Rani Siva Sankara. 2012. The Last Brahmin: Life and Reflections of a Modern-day Sanskrit Pandit, (Tr.) D. Venkat Rao, Ranikhet: Permanent Black.

Sarukkai, Sundar. 2002. Translating the World: Science and Language, University Press of America.

Sharma, Jyotirmaya. 2019. M.S. Golwalkar, The RSS and India, India: Context.

Shepherd, Kancha Ilaiah. 2019. Why I Am Not a Hindu?, New Delhi: Sage Publications.

Sonalkar, Wandana. 2020. Why I Am Not a Hindu Women: A Personal Story, New Delhi: Women Unlimited.

Tharoor, Shashi. 2018. Why I Am a Hindu, New Delhi: Aleph Book.

Xavier, Angela Barreto and Zupanov, Ines. G. 2015. Catholic Orientalism: Portuguese Empire, Indian Knowledge (16th-18th Centuries), New Delhi: Oxford University Press.

Yengde, Suraj. 2019. Caste Matters, India: Penguin Random House.

Yocum, Glenn. E. 1990. A Non-Brahmin Tamil Saiva Mutt: A Field Study of the Thiruvavaduthurai Adheenam, in Monastic Life in the Christain and Hindu Traditions, (eds.) Austin B. Creel and Vasudha Narayanan, The Edwin Mellen Press.

காஞ்சா அய்லய்யா. 2017. நான் ஏன் இந்துவல்ல?, (மொ.) மு. தங்கவேலு, ராஜ முருகுபாண்டியன், திருச்சிராப்பள்ளி: அடையாளம்.

கோபால் குரு, சுந்தர் சருக்கை. 2020. விரிசல் கண்ணாடி – அனுபவம் கோட்பாடு குறித்து ஓர் இந்திய விவாதம், (மொ.) சீனிவாச ராமாநுஜம், பொள்ளாச்சி: எதிர் வெளியீடு.

சசி தரூர். 2018. நான் ஏன் இந்துவாக இருக்கிறேன்?, (மொ.) சத்யானந்தன், சென்னை: கிழக்கு பதிப்பகம்.

சுப்பிரமணி இரமேஷ். 2020. தொகுப்பாசிரியர், “பெருமாள்முருகன் – இலக்கியத்தடம்”, நாகர்கோவில்: காலச்சுவடு பதிப்பகம்.

பன்வர் மெக்வன்ஷி. 2020. இந்துவாக நான் இருக்கமுடியாது: ஆர்எஸ்எஸ்-ஸில் ஒரு தலித்தின் கதை, (மொ.) செ. நடேசன், பொள்ளாச்சி: எதிர் வெளியீடு.

பெருமாள்முருகன். 2019. பதிப்பாசிரியர், சாதியும் நானும்: அனுபவக் கட்டுரைகள், நாகர்கோவில்: காலச்சுவடு பதிப்பகம்.

ராமாநுஜம். 2016. சந்நியாசமும் தீண்டாமையும்: சமூக வகைப்பாடுகள் சமூகக் குழுமங்கள் பற்றி சில குறிப்புகள், சென்னை: மாற்று.

⊙